தேவதச்சன் கவிதைகள்

முழு கவிதைத் தொகுப்பு - 2016 வரை

தேசாந்திரி பதிப்பகம்

தேசாந்திரி பதிப்பக வெளியீடு: 133

தேவதச்சன் கவிதைகள்: கவிதைத் தொகுப்பு
தேவதச்சன்

முதல் பதிப்பு : டிசம்பர் 2024

தேசாந்திரி பதிப்பகம்,
டி-1, கங்கை அப்பார்ட்மெண்ட்,
110, 80 அடி ரோடு, சத்யா கார்டன்,
சாலிகிராமம், சென்னை 600 093,
தொலைபேசி: 044 23644947.
விலை: ரூ. 550

Devathachan Kavithaikal - Poetry collection
Devathachan ©

First Edition: Dec 2024, Pages: 380
Size: Demy 1x8, Paper: 18.6 kg maplitho

Published by :
Desanthiri Pathippagam
D-1, Gangai Apartments,
110, 80-Feet Road, Satya Garden, Saligramam,
Chennai - 600 093, Ph: 044 2364 4947
Email : desanthiripathippagam@gmail.com
www.desanthiri.com

ISBN: 978-93-93099-21-1
Book and Wrapper Design: Manikandan
Printed by: Ramani Print Solution, Chennai.

Price: Rs. 550

அம்ரித்
அத்வைத்
இருவருக்கும்

தேவதச்சன் என்ற பெயரில் எழுதிவரும் எஸ். ஆறுமுகம் தூத்துக்குடி மாவட்டம் கோவில்பட்டியில் 1952இல் பிறந்தார். எழுபதுகளின் ஆரம்பத்தில் கசடதபற, ழ இதழ்களில் எழுதத் தொடங்கினார். 'அவரவர் கைமணல்' (1982), 'அத்துவான வேளை' (2000) தொகுப்புகளில் உள்ள கவிதைகள் உள்பட அவரது விரிவான தொகுப்பு உயிர்மை பதிப்பக வெளியீடாக 2004 டிசம்பரில் 'கடைசி டினோசார்' என்ற தலைப்பில் வெளி வந்தது. 'யாருமற்ற நிழல்' (2006), 'ஹேம்ஸ் என்னும் காற்று' (2010), 'இரண்டு சூரியன்' (2011), 'எப்போதும் விடிந்துகொண்டிருக்கிறது' (2013) ஆகிய கவிதைத் தொகுப்புகள் உயிர்மை பதிப்பக வெளியீடாக வெளிவந்துள்ளன. 'மர்ம நபர்' (2017) என்ற தொகுப்பு இவருடைய அனைத்துக் கவிதைகளும் உள்ளடக்கியதாக, உயிர்மை பதிப்பக வெளியீடாக வெளிவந்துள்ளது.

பதிப்புரை

கவிதை சொற்களால் உருவாக்கப்பட்டிருந்த போதும் சொல்லைக் கடந்து செல்வதே அதன் முக்கியப் பணியாக இருக்கிறது. சொல்லை அதன் நேரடி அர்த்தம் சார்ந்து மட்டும் பிரயோகம் செய்யாமல் சொல்லுக்கும் பொருளுக்குமான இடைவெளியை, சாத்தியப்பாடுகளையும் எதிர்நிலைகளையும் உருவாக்க விளைகிறது.

கவிஞன் கவிதையின் வழியாக உலகை ஒன்றிணைக்கவும் சிதறடிக்கவே ஒரே நேரத்தில் விரும்புகிறான். காட்சிகளையும் சப்தத்தையும் படிமங்களையும் கொண்டு உலகின் மீதான தனது வேட்டையை நிகழ்த்துகிறான். கதையாசிரியனைப் போல அவன் சம்பவங்களின் மீதும், சம்பவங்களை உருவாக்கும் காரணிகளின் மீதும் இயங்குவதில்லை. மாறாகத் தண்ணீரின் மீது கல்வீசுகையில் தத்தித்தத்தி மறையும் தாவுதல் போல மொழியின் வழியே மொழி கடந்த அனுபவங்களை உருவாக்கிக் காட்டுகிறான். தேவதச்சனின் கவிதைகள் தமிழ் வாழ்வியலின் நுட்பமான பதிவுகளைக் கொண்டிருக்கின்றன. மிக அபூர்வமான கவித்துவப் படிமங்களையும் பார்வைகளையும் வெளிப்படுத்துகின்றன. தத்துவச் சார்பு கொண்டது போன்ற தோற்றம் கொண்டிருந்த போதும் இக்கவிதைகள் வாழ்வைக் கொண்டாடுகின்றன.

தினசரி வாழ்வின் மீது இத்தனை ருசி கொண்ட கவிஞன் வேறு எவருமிருக்கிறார்களா என்று தெரியவில்லை. தேவதச்சனின் கவிதைகள் தினசரி வாழ்வின் விசித்திரங் களையும் அற்புதங்களையும் மிக அண்மையில் சென்று ரசிக்கின்றன. கவிதையின் வழியாக அவர் தமிழ் வாழ்வின்

நினைவுகளை மீள்பரிசீலனை செய்கிறார். இயேசுநாதரும் கண்ணகியும் ஆண்டாளும் அவரது கவிதைக்குள் இதுவரை அறியப்பட்டிருந்த கருத்துருவங்களைக் கலைந்து பிரவேசிக்கிறார்கள்.

தேவதச்சனின் கவிதைகளின் துவக்க அனுபவமாக வசீகர ஒழுங்கையும் மகிழ்ச்சியையும் ருசியையும் மென்மையையும் தருவதாகவும் ஆழத்தில் பிரபஞ்சத்தில் தொடர்ந்து நிகழும் பெரும் குழப்படி, துயரம் மற்றும் காம மூர்க்கத்தைக் கொண்டதாகவும் உள்ளது. தேவதச்சனின் சமீபத்திய கவிதைகள் தரையிறங்கி, பூமியின் அழுக்கையும் மனிதர்களின் கண்ணீரையும் ஏற்றவையாக இருக்கின்றன. நவீன மனிதன் ஒரு அடையாள அட்டையாக, ஒரு எண்ணாக, மர்ம நபராகச் சுருக்கப்படும் நிலையை அதன் துயரத்தை அவர் தீராமல் எழுதத் தொடங்கியிருக்கிறார் என்கிறார் கவிஞர் ஷங்கர்ராமசுப்ரமணியன்.

தேவதச்சன் கவிஞர் ஆனந்துடன் இணைந்து 'அவரவர் கைமணல்' என்ற கவிதைத் தொகுப்பினை 1981 ஆம் ஆண்டு வெளியிட்டார். இந்த ஆண்டு அவரது புதிய கவிதைத் தொகுப்பு 'தேதியற்ற மத்தியானம்' வெளியாகிறது. நாற்பது ஆண்டுகளுக்கும் மேலாகக் கவிதையில் இயங்கி வரும் தேவதச்சன் நவீனத் தமிழ்க் கவிதையின் முகத்தை உருவாக்கியதில் முக்கியமானவர். இந்தத் தொகுப்பில் 2016 வரையிலான அவரது கவிதைகள் இடம்பெற்றுள்ளன.

இத் தொகுப்பினை வெளியிட அனுமதி அளித்த கவிஞர் தேவதச்சன் அவர்களுக்கு மனம் நிறைந்த நன்றி. நூலாக்கத்தில் உதவிய மணிகண்டன், அன்புகரன், ஹரி பிரசாத் உள்ளிட்ட அனைவருக்கும் அன்பும் நன்றியும்.

எஸ்.ராமகிருஷ்ணன்

1. நேனோ இட்லிகள்	17
2. சிரிப்பு	18
3. திரும்பிச்செல்லுதல்	19
4. நாள்	20
5. சின்னஞ்சிறு இறகு	21
6. புலம்பெயர்தல்	22
7. வீடு	23
8. சகோதரிகள்	24
9. டாமும் ஜெர்ரியும்	25
10. ரவுடிக் குயில்	26
11. திறந்து கிடக்கும்	27
12. மர்ம நபர்	28
13. என் குடில்	29
14. இறந்த நேரம்	30
15. மௌனம்	31
16. மூன்று பெண்கள்	33
17. பித்துக்குளி	34
18. வீட்டுக்கடிகாரம்	35
19. காந்தி சிலைக்குக்கீழ்	36
20. பின்னிருந்து பார்த்தல்	37
21. குற்றப்பொருள்	38
22. வேப்பிலைகள்	39
23. ருசி	40
24. முகம்	41
25. அரைக்கனிகள்	42
26. வண்டு	43
27. ததும்பல்	44
28. ஒரு நினைவின் தவறான முகவரி	45
29. ஏசு செய்த நாற்காலி	46
30. நீலச் சிற்றாடை	47

31. 6.44 AM	48
32. இனிமை	49
33. கண்ணாடித் தொலைவு	50
34. நடை	52
35. எப்போதும் விடிந்துகொண்டிருக்கிறது	53
36. நிலவும் நிலவுகளும்	54
37. தருணம்	55
38. பரிசு	56
39. காதல் உவகை	57
40. பொற்கணம்	58
41. மணல்வீடு	59
42. உச்சி	60
43. நிர்வாணம்	61
44. அவசர அவசரமாய்	62
45. மணல் துகள்	63
46. இரவின் பொருட்கள்	64
47. துளிகள்	65
48. ஆலிலை	66
49. பின்தொடரல்	67
50. பாட்டியின் மரணம்	68
51. 31/8/2013 மாலை; 5.10	69
52. இறப்பு	70
53. துளிகள் - 2	71
54. பானு நிசப்தம்	72
55. நிழல்	73
56. வருடம் 20013	74
57. எப்போதும்	75
58. ன்மீ	76
59. அமைதி	77
60. போதும்	78
61. உறக்கம்	79
62. யாரோ	80
63. மொழி	81
64. ஒரு பிரிவு	82
65. என் கண்ணாடி	83
66. நீளம்	84
67. மறைவு	85

68. கண்	86
69. பை	87
70. சாலையில் போவோர் வருவோர்	88
71. நேரம்	89
72. சிலுசிலு	90
73. அம்மா நீங்க பிறந்திட்டீங்களா	91
74. கிளிங் என்று ஒரு சத்தம்	92
75. முடிவிலி	93
76. மணற் கடிகாரம்	94
77. முழு மரம்	95
78. தூசி	96
79. இங்கு வவ்வால்கள் வேலை செய்கிறார்கள்	97
80. மாறி மாறி	98
81. ஒரு சொட்டு நீர்	99
82. என் புனைபெயர்	100
83. மீன்	101
84. துணையாள்	102
85. முகவரி	103
86. புனல் நீர்	104
87. அவ்வளவு	105
88. ஈரம்	106
89. மறைவிலிருந்தபடி	107
90. கைலாகு	108
91. கடைசி	109
92. வெளியில் நிற்பவன்	110
93. மன்னிக்கவும்	111
94. சொல்லாமை	112
95. படிக்கட்டு வாசிகள்	113
96. புத்தம் புதிது	114
97. பச்சப் இலைகள்	115
98. என் காலை உணவு	116
99. வேறு வழி இல்லை	117
100. என் நூற்றாண்டு	118
101. இன்னொரு ருசி	119
102. அலகிலா விளையாட்டு	120
103. விடைபெறுதல்	121
104. அம்ரித்	122

105. மாயம்	123
106. ஒளி	124
107. தேவதச்சம்	125
108. பொலேர் கோப்பை	126
109. இனிய தோழி	127
110. நடனம்	128
111. இரண்டு சூரியன்	129
112. எனது ஊர்	130
113. என் வீடு	131
114. ஊஞ்சல்	132
115. இசை	133
116. அகம்	134
117. தொல்காவியப் பிரதி	135
118. கண்டுபிடிப்பு	136
119. பின்புற மனிதன்	137
120. ா	138
121. ரகசியம்	139
122. தெறிப்பு	140
123. நாம்	141
124. வினோத ராட்சசன்	142
125. பே என்னும் மொழி	144
126. வலது பக்கம்	145
127. அசையாத நிஜம்	146
128. முதல் நாள்	147
129. மீன் - 2	148
130. சில வார்த்தைகளை	149
131. நீலநிற பலூன்	150
132. புது இடம்	151
133. மொழி - 1	152
134. சட்டை	153
135. கதையும் கணிதமும்	154
136. பார்க்கும் போதெல்லாம்	155
137. லோயா தீவு	156
138. இரண்டாவது எதிரொலி	157
139. ஊர்	158
140. யாரைப் பார்த்தாலும்	159
141. பாறைகள்	160

142. பாலபாடம்	161
143. ஜெல்லி மீனே ஜெல்லி மீனே	162
144. வீடு	163
145. கோமாளிகள்	164
146. அடி	165
147. புகையிலைப் பொட்டலம்	166
148. ஓணான்	167
149. நீலவாஹினி	168
150. தேநீர்த் தோழி	169
151. வித்தியாசம்	170
152. ரகசியக் கல்	171
153. கனவு	172
154. அடர் இரவு	173
155. என் அறை	174
156. ஆரம்பம்	175
157. மொழி - 2	176
158. நீளம்	177
159. அடையாளம்	178
160. அமரர் ஊர்தி விரைவாகச் செல்கிறது	179
161. திரும்பிப் பார்த்தல்	180
162. கல் ஆல்	181
163. என் வீடு	182
164. மூங்கில் செடி	183
165. அன்பின் எழுத்துக்கள்	184
166. ஊழ்	185
167. என் எறும்பு	186
168. நீலப்படத்தில்	187
169. பரிசு	188
170. யாரும்	189
171. தப்பித்து	190
172. நிலா	191
173. மயானக் கரைக்கு	192
174. கையெழுத்து	193
175. நான் மழையாக இருந்தால்	194
176. அக்காவும் தம்பியும்	195
177. தேநீரை அருந்தியபடி	196
178. ஆளாளுக்கு	197

179. உலகின் ஒவ்வொன்றையும்	198
180. காலையில் எழுந்ததும்	199
181. ஒரு வண்ணத்துப்பூச்சி	200
182. நாற்பது விநாடிகள்	201
183. கொட்டுச் சத்தம் கேட்டு	202
184. ரயில்	203
185. திறவுகோல்	204
186. விசாரணை அறைகளின் கூண்டுகளில்	205
187. அந்தி உறங்கச் செல்லும்	206
188. பகற்கனவு	207
189. ரயில்வே பிளாட்பாரத்தில்	208
190. ஆள் பாதி, ஆடை பாதி	209
191. மலையின் விலாப்புறம்	210
192. உபயோகமில்லாத பொருட்கள்	211
193. வெயிலைத் தின்பதற்கு	212
194. குட்டிக் குதிரைகள்	213
195. விலங்கிடுதல்	214
196. நாம் என்ற ஒரு வார்த்தை	215
197. பை	216
198. இரண்டாவது கண்ணாடி	217
199. பாலைக்கான நீர்	218
200. ஒரு நூற்றாண்டு	219
201. பூக்காரி	220
202. நேற்று, நாளை	221
203. தொட்டில்	222
204. முதுமையில் நுழைந்ததும்	223
205. என் தலை	224
206. நிசப்தம் நிசப்தமாக	225
207. கூழாங்கல்லைப் போல்	226
208. பாலைவனத்தை வாயில் கவ்வியபடி	227
209. வானவில்	228
210. பிரிதல்கள்	229
211. சிறுவர்கள்	230
212. கிறிஸ்து பிறப்பதற்கு	231
213. நான்கு பேர்	232
214. அதிகாலையில்	233
215. டிக்கடை பெஞ்சில்	234

216. எனக்குத் தெரியாது	235
217. தலையில்லாத	236
218. இன்னொரு பகல்	237
219. நிசப்தம் நிசப்தம்	238
220. துப்பாக்கிக் குண்டுகள்	239
221. மௌனமாக	240
222. அவள் முகத்தில்	241
223. அவர்கள் இருவரும்	242
224. கொடியில்	243
225. உயிரோடு இருப்பது	244
226. கடைசி டினோசார்	245
227. ஆஸ்பத்திரியில் - 1	246
228. மேஜை மேல்	247
229. இரண்டாவது	248
230. என் பதினாறாவது வயதில்	249
231. அவள் தன்	250
232. படிக்கட்டில்	251
233. ஆஸ்பத்திரியில் - 2	252
234. அம்மாவும் மகளும்	253
235. அதிகாலை	254
236. துவைக்கிற கல்	255
237. வானத்திலிருந்து	256
238. கண்ணாடி முன்	257
239. காத்திருத்தல்	259
240. இளமைக்கும் முதுமைக்கும்	260
241. கடவுளை	261
242. ஒரு செய்தி	262
243. ரோஜாவும் முல்லையும்	263
244. படுக்கையில்	264
245. எல்லாப் பக்கங்களிலும்	266
246. ஆண்டாள் என் பள்ளித் தோழி	267
247. சுடுகாட்டில்	269
248. ஊர் நடுவே	270
249. செத்துப்போன பிறகும்	271
250. முந்தைய இரவில்	272
251. காதல் பித்தோடு	273
252. கடுஞ்சிவப்புப் பழங்கள்	275

253. உதய நரையாளின் மதியம்	278
254. இரண்டாயிரம் வருடங்களாக	279
255. 537 வருடத்திற்கு முன்	281
256. கண்ணகி சிலையை	282
257. மழையைப் பற்றிய	283
258. தரையிலிருந்து	285
259. மழை தூறத் தொடங்கியது	286
260. மரணத்தின் புதிய செடி	287
261. நன்றி	288
262. எதிர் பிளாட்பாரத்தில்	289
263. ஆட்கொல்லிகளால்	290
264. எத்தனை தடவை	291
265. குழாய் கீறி	292
266. நீ பார்த்தாயா	293
267. அவன் யார்	294
268. திடுக்கிட்டபடி	295
269. எங்கள் குடும்பத்தில்	296
270. பழைய புத்தகக் கடையில்	298
271. பால்வடியும்	299
272. கடவுளின் ஆப்பிளை	300
273. இன்னும் தாதி கழுவாத	301
274. சிறு கிளைகளிலிருந்து	302
275. பெதும்பை எனும்	303
276. ரத்தத்தில்	304
277. ஐன்னலோரம்	305
278. இன்று காலை	306
279. மழையின்	307
280. துணி துவைத்து	308
281. எப்பவாவது	309
282. உயிர் பிரிவதற்கு	310
283. குனிந்து எடுத்தேன்	311
284. காற்றில் வாழ்வைப் போல்	312
285. கைலாசத்தில்	313
286. ஏடன் தோட்டத்தில்	314
287. எனது சுற்றுச்சுவர்களைப் போல்	315
288. அகலத்தில் சிறியது	316
289. கடவுள் விடுகிற மூச்சைப்போல்	317

290. வாசற் பெருக்கி	318
291. முடிச்சுகளை	319
292. பக்கத்தில் பக்கத்தில்	320
293. கடைசியாக	321
294. சத்தம் கேட்டு	322
295. ஒரு டினோசாரை	323
296. ஹேய், ஜாலி	324
297. பற்றி எரியும்	325
298. நினைவுகளின்	326
299. எனக்கு வயது இருபது	327
300. தரை	328
301. சாவாமையின்	329
302. என் மனச்சுனையின்	330
303. சாய்வாக	331
304. நாற்பது வயதில்	332
305. வெளிக் கதவு திறந்து	333
306. ஆற்றைக் கடந்து செல்லும் காகம்	334
307. என் அன்பின் சிப்பியை	335
308. வரல் ஆற்றின் மீது	336
309. எனக்கு	337
310. வீடு பெருக்கும்	338
311. எனக்கு ஞாபகமுள்ள பௌர்ணமிகள்	339
312. இந்தப் பக்கம்	340
313. காற்று ஒருபோதும்	341
314. உயர உயர	342
315. தாளின் இரண்டு பக்கத்தையும்	343
316. வேப்பிலையின்	344
317. ஒரு இடையன்	345
318. குளியலறையில்	346
319. பெண் என்ற சொல்லே	347
320. தண்ணீர் என்னும்	348
321. பழத்தைச் சாப்பிட்டுவிடு	349
322. குளத்துப் பாம்பினது	350
323. உலகம் ஆரம்பிக்கும்	351
324. நள்ளிரவில்	352
325. வெங்கரிசலில்	353
326. வெயிலும் நிழலும்	354

327.	உலகிலேயே குட்டியான	355
328.	இன்றுவரை	356
329.	பொருள்	357
330.	ஆனால், மலை மடு	358
331.	என் பிறப்புறுப்பு	359
332.	பூச்சி ரசிகன்	360
333.	கதவு	361
334.	எங்கே என்று	362
335.	இன்னும் ஒருமணி நேரமிருக்கிறது	363
336.	நம் கதை	364
337.	ஜன்னலெங்கே	365
338.	உன் நிலையத்தில்	366
339.	நான் அங்கும் இங்கும்	367
340.	பகலிலிருந்து	368
341.	ஜெயம்	369
342.	சுதந்திர யாத்திரை	370
343.	வரம்	371
344.	மரவுரி என்றும்	372
345.	அடுத்த கட்டத்தில்	373
346.	காலில் இடறியது	374
347.	வேலை	375
348.	அவரவர் கைமணலை	376
349.	என் வீட்டுப் பரண்பொருள்	377
350.	இந்த இரவு	378

நேனோ இட்லிகள்

"இட்லிப் படிவம் இல்லையாம்" என்றாள் என் மனைவி. அடடா! என்றான் என் மகன். இப்போது எல்லாம் இரண்டு இட்லி சாப்பிட வேண்டும் என்றாலும் படிவம் ஒன்றைப் பூர்த்தி செய்து தர வேண்டும். நிர்வாகத்திடம் அந்தப் படிவத்தோடு அரசு அனுமதித்துள்ள அடையாள அட்டைகளில் ஏதாவது ஒன்றின் நகலை இணைக்க வேண்டும். மேலும் நீ அதில் கையெழுத்திட்டுத் தர வேண்டும். உனக்குப் பரிமாறப்படும் இட்லியில் ஒரு நேனோசிப் பதிய வைக்கப்பட்டிருக்கும். அதையும் சேர்த்தே நீ உண்ண வேண்டும். அதை நீ கிள்ளி எடுத்துத் தூக்கிப் போட்டுவிட்டால் உடனே அது சென்சார் மூலம் அரசாங்கத்திற்குத் தெரிந்துவிடும். பாதுகாவலர்கள் உன்னைத் துப்பாக்கியோடு சுற்றி வளைத்து விடுவார்கள். பசி வயிற்றைக் கிள்ளுகிறது. "படிவங்களைக் கருவூலத்தில் வாங்கப்போன பையன் இதோ வந்துவிடுவான்" என்று முணுமுணுத்தார் ஹோட்டல்காரர். "நானும் இன்னும் சாப்பிடவில்லை. படிவத்திற்காகக் காத்திருக்கிறேன்" என்றார். மேலும், "படிவங்களைப் பூர்த்தி செய்யாமல், காப்பியும் நாம் சாப்பிட முடியாது" என்றார். கடைக்கு வரும் பாலில் சென்சார்கள் கரைக்கப்பட்டுள்ளன என்றும் தலையசைத்தார். நாங்கள் நாலுபேரும் எட்டி எட்டிப் பார்க்கிறோம். எட்டிய தொலைவுவரை இன்னும் கடைப் பணியாள் வரவில்லை.

சிரிப்பு

கண்ணாடி டம்ளர்
கீழே விழுந்து
உடைந்தது
"கண்ணாடி கண்ணாடி"
என்று கத்தவில்லை அது
"டம்ளர் டம்ளர்" என்று
குரல் உயர்த்தவில்லை
சிறு இடத்தில் சிந்தி
ஓடிய பழுப்பு நிறத் தேநீர்
"தேநீர் தேநீர்" என்று
அரற்றவில்லை
கிளிங்
என்று
கேட்கிறது
அசரீரி சிரிப்பொன்று, பிறகு
இரண்டாவது முறை அது
கேட்கவில்லை

திரும்பிச் செல்லுதல்

பிரமாண்டமான நீதிமன்ற வளாகம்
நுழைவாயிலில் இருந்த கண்ணுக்கு அடங்கா
ஆலமரத்தின்கீழ்
என் இருசக்கர வாகனத்தை நிறுத்தினேன்
அங்கே வரிசையாகவும் வரிசையில்லாமலும் ஏகப்பட்ட
வாகனங்கள்
என் ஆவணங்களுடன் உள்ளே நுழைகிறேன்
படிகள், படிகள் எண்ணிறந்த படிகள்
ஒவ்வொரு படியாக மூச்சிரைக்க ஏறுகிறேன்
வராண்டாவின் கனத்த சுவர்களில் சாய்ந்தபடி
காத்திருக்கத் தொடங்கினேன் வலது கைப்பக்கம்
வயதான பெண் காவல் ஆய்வாளர்
இளங்கைதி ஒருவனிடம்
ஒரு செல்போனை எப்படி இயக்குவது என்று
கேட்டுக்கொண்டிருந்தார்
இடது பக்கம்
விவாகரத்துக்காக வந்திருந்த நடுவயதுத் தம்பதியர்
தள்ளித் தள்ளி
நின்றுகொண்டிருந்தனர்
திரும்பிச் செல்கையில்
படிக்கட்டுகள் வழியாக அல்ல
இறங்கிச் செல்வேன்
எங்கு ஆரம்பித்தது என்று
தெரியாத
ஆலின் விழுதுகள் வழியாக

நாள்

வேலைக்குச் சேர்ந்த முதல் நாளில்
சற்று தயங்கியபடியே ஒவ்வொரு பொருளையும்
தொடுகிறான். அலுவலகத்திற்கு வரும் போகும்
ஒவ்வொருவரையும் சற்று
புருவம்நெரித்து நோக்குகிறான்
தண்ணீர் குடித்துவிட்டு
ஓசையில்லாமல்
டம்ளரை மேஜையில் வைக்கிறான்
நுனி நாற்காலியில் அமர்ந்தபடி
கோப்புகளைத் திறக்கிறான்
33 வருடம் கழித்து, ஓய்வுபெறும் நாளில்
சற்று தயங்கியபடியே ஒவ்வொரு பொருளையும்
தொடுகிறான். அலுவலகத்திற்குள் வரும் போகும்
ஒவ்வொருவரையும் சற்று
புருவம்நெரித்து நோக்குகிறான்
தண்ணீர் குடித்துவிட்டு ஓசையில்லாமல்
டம்ளரை மேஜையில் வைக்கிறான்
நுனி நாற்காலியில் அமர்ந்தபடி
கோப்புகளை மூடுகிறான்.

சின்னஞ்சிறு இறகு

எனக்குள் சதா
பறந்துகொண்டிருக்கிறதா, ஒரு
மின்மினிப் பூச்சி
வெகுநாட்கள் கழித்து
என் பால்ய நண்பனை ரயில்வே நிலையத்தில்
சந்தித்தேன் அப்போது ஒரு
பிரகாசம் ஒளிர்ந்து அடங்கியது
வீட்டில் மரபீரோவைத் திறக்கையில்
சிறுவயதுச் சட்டை ஒன்று கண்ணில் பட்டது
அப்போதும் அந்தப் பிரகாசம்
மின்னி மறைந்தது
தொலைக்காட்சி பார்த்துக்கொண்டிருக்கையில்
திடீரென்று கத்தினேன்
"ஓ! நாளை மின்கட்டணம் கட்ட வேண்டிய
கடைசி நாள்" என்று
அப்போதும் ஒரு பிரகாசம்
வெட்டி மறைந்தது
ஆமாம் ஆமாம்
எனக்குள்
ஒன்றோ
இரண்டோ
அப்படி ஒரு மின்மினிப்பூச்சி
பறக்கத்தான் செய்கிறது போல
என் செவ்விருளின்
சின்னஞ்சிறு இறகுபோல

புலம்பெயர்தல்

எறும்பே! எறும்பே!
நான் இந்தக்காலத்துக்கான ஆள் இல்லையா
என்றான் செம்மண்சாலை மனிதன்
எங்கு சென்றாலும் நுழைவாயிலில்
ஒரு மெட்டல் டிடெக்டர் அவன் உடலை
ஒத்தி ஒத்தி கொத்திக்கொண்டிருக்கிறது
{அவனுக்குப் பேசுவதற்கு யாருமில்லை}
பெருஞ்சாலை அமைக்க
வீழ்த்தப்பட்ட வேப்பமரம் ஒன்றைப் பார்த்து
அவன் சொன்னான்:
"இனி எனக்கு நல்ல வேளையும் இல்லை
கெட்ட வேளையும் இல்லை"
{அவனுக்குப் பேசுவதற்கு யாருமில்லை}
அதி வேகத்தில் கீ கீ என்று கத்தியபடி
தலைமேல் கடந்து செல்லும்
கிளியைப் பார்த்துக் கத்தினான்
"நான் என்ன செய்யணும், செய்யக்கூடாது என்று
தெரியவில்லையே.
இடவேளை மனிதன்கூட இல்லையா நான்"
{அவனுக்குப் பேசுவதற்கு யாருமில்லை}
சரிந்து கிடந்த பெருமரத்தில்
ஊர்ந்து செல்லும் நத்தையைப் பார்த்து
முனகினான்:
"நத்தையே! நானும் உன் சிறு குடிலுக்குள்
புலம் பெயர்ந்துகொள்ளட்டுமா"

வீடு

நள்ளிரவில் விழித்தெழும்போது
அடுப்படி
சுவர்க்கோழி கீச்கீச் என்று கத்துகிறது
இது யாருடைய வீடு?
கையிலிருந்து தவறி விழுந்த
டம்ளர்
கிளிங் ளிங் மொழியில் சொல்கிறது
இது உன்னுடைய வீடு இல்லை என்று
தெருமுனையில் நிற்கும்
விசிறி எந்திரங்கள் இரைகின்றன
இங்கு உன்னுடைய வீடு இல்லை என்று
எப்பொழுது வேண்டுமானாலும் விடைபெற்றுச்
செல்லும் யத்தனத்தில்
மொட்டைமாடியில் சுற்றிக்கொண்டிருக்கிறது,
சாம்பல் நிறப் புறா ஒன்று.
திடீர் என்று அதுவும் கேட்கிறது
இது யாருடைய வீடு
உன் கூட யார்யார் இருக்கிறார்கள் என்று

▲

சகோதரிகள்

பென்சில் சீவுவது என்றால் எனக்கு
ரொம்பப் பிடிக்கும்
அதைக் கையில் எடுக்கும் போது நானும்
அதைப் போல்
எடையற்றவன் ஆகிவிடுகிறேன்
ஒரு சிறுதாளில்
அவ்வளவு பேச்சு பேசும் முன்னால்
எவ்வளவு மௌனமாக இருக்கிறது
இந்தப் பென்சில்
பேசிக்கொண்டிருக்கும் போதும்
ஒரு பென்சிலும் அழிரப்பரும்
சகோதரிகளா
எப்போதும் கூடவே கூடவே இருக்கின்றன
தம்பி!
நான் இறந்த பின்னால்
என் போட்டோவில் ஏதும்
மாலைகள் போடவேண்டாம்
முன்னதாக சிறு அகல்விளக்கு
ஏற்ற வேண்டாம் சின்னதாக ஒரு அழிரப்பரை
வைத்துவிடுங்கள்
அது போதும்
புத்தம் புதியதாக இருக்க வேண்டிய
அவசியம் இல்லை
நிறைய பிழைகளையும்
தவறுகளையும்
அடித்தல்களையும் சந்தித்து
சந்தித்து
அங்கங்கே
கரியின் நிறம் பூசியிருந்தாலும்
பரவாயில்லை
மேலும் அந்த அழிரப்பரை
என் இடதுகைப் பக்கம்
வை
உன் வலதுகை
பக்கமாக இருக்கும்
அது

▲

டாமும் ஜெர்ரியும்

ஜெர்ரி துவாரத்தில்
அவசரமாய் நுழைந்துகொண்டான்
டாம் துவாரங்களின் வாசலில்
காத்திருக்கத் தொடங்கினான்
எப்படி நுழையலாம் என்று
கணிதப் புத்தகங்களைக்
கவனமாய்ப் படிக்கிறான்
பெருங்கதவு என
பழியோ பழி என்று
காத்துக் கிடக்கிறான்
துவாரங்கள் இடையிட்ட வீடுதான்
என்னுடையதும்.
கதவுகள் எப்போதாவது
துவாரங்களைக்
கடந்திருக்கிறதா

ரவுடிக் குயில்

நான்கு வழிச் சாலையில்,
இருசக்கர வாகனத்தில் செல்கையில்
குயிலின் குரல் ஒன்று
மீண்டும் மீண்டும் கேட்டது
எவ்வளவு இனிமை!
ஒலியின்பக்கம் திரும்பிப் பார்த்தேன்
போலிக் கல்வியாளர் ஒருவர்
நடத்தும் பலபல கல்லூரிகளின்
ஒன்றிலிருந்து கேட்டது, அந்த ஒலி
எந்த மரத்திலிருந்து?
ஓ! குயிலே! குயிலே!
உன்னைக் கொலை செய்து விடுவார்கள்
அல்லது காயப்படுத்துவார்கள்
அல்லது ரவுடியாக்கி விடுவார்கள்
மாங்குயில் என்றும்
பூங்குயில் என்றும்
வழிவழிவந்த வழிகளில்
நீ
ரவுடிக்குயில் ஆக
வேண்டுமா. ஆகவே!
ஆகவே
உன்னைப்போல்
கன்னங்கரிய உடலும்
குளிர்மையும்
கொண்ட
மரநிழல் போல்
நீயும்...

திறந்து கிடக்கும்

திறந்து கிடக்கும்
வளர்ந்தோங்கிய மரத்தின்
வழியே தெரிகிறது
கொஞ்சம் மஞ்சள் பூக்கள்,
நிறைய கரும்பச்சை இலைகள்,
மற்றும் இரண்டிரண்டாய்
சில மைனாக்கள்
திறந்து கிடக்கும் மைனாவில்
தெரிகிறது பழுப்பு நிற
இறக்கைகள்
மஞ்சள் நிற அலகு
மற்றும் மெல்லிய இரு
கால்கள் -
திறந்து கிடக்கும்
என் முகத்தின் வழியே
தெரிகிறது ஒரு கருஞ்சாலை
மற்றும்
எதிலும் குறுக்கிடாத
மஞ்சள் நிற மாலை நேரம்
திறந்து கிடக்கும்
மாலை நேரத்தின் வழியே
தெரிகிறது வளர்ந்தோங்கிய
ஒரு மரம்
கொஞ்சம் மஞ்சள் பூக்கள்
மேலும் நிறைய...

மர்ம நபர்

யார் வீட்டு அழைப்புமணி அடிக்கும் போதெல்லாம்
நான் யாரோ ஒரு ஆள்
கண்காணிப்பு கேமராக்களிலும் நான்
யாரோ ஒரு ஆள்
மேலும் ஒரு மர்ம நபர்
மர்ம நபரான என் முகம்
கூர்ந்து நோக்கப்படுகிறது
கலவரநேரத்தில் மர்மநபரான நான்
தேடப்படுகிறேன்
விபத்துநேரத்தில் மர்மநபரான நான் -
விசாரிக்கப்படுகிறேன்
கண்ணாடி முன் நிற்கும் போதெல்லாம்
பார்க்கிறேன் இந்த
யாரோ ஒரு ஆளை,
ஒரு மர்ம நபரை
ரயிலில் பயணிக்கையிலும்
மேலும் சாலையில் போகும் போதும்
சந்திக்கிறேன்
யாரோ ஒரு ஆட்களை,
மர்ம நபர்களை
மர்ம நபரே!
உனக்கு எத்தனை உருவமடா
இரு மர்ம நபர்கள்
ஒருவரை ஒருவர்
சந்திக்க நேர்கையில்
ஊளையிடத் தொடங்குகிறது
ஒரு பெரும் மரம்
பிறகு, எப்போதும்
நிறுத்தாமல்
ஊளையிட்டுக்கொண்டிருக்கிறது
தன் இலைகளை
தான் மாற்றிக்கொண்டிருக்கும் அந்த
லோயாமரம்

என் குடில்

புதிய சாலைகள்
போடுவதற்கென்று
மலைகளை வெடித்து
அகற்றுகிறார்கள்.
தோட்டா ஒன்றின் சிறு
சொடக்கில்
தெறித்து சிதறியது
பாறையில் இருந்த
கல்வெட்டு ஒன்று
அதில் ஒரு
துண்டை எடுத்து
என் தேநீர்க் கோப்பையில்
போட்டேன்
மிதக்கத் தொடங்கியது சிறுகல்
மிதந்து அங்கும் இங்கும் அலைகிறது
இனி
இந்தக் குமிழ்தான்
என் குடில் போலும்.

இறந்த நேரம்

திப்புசுல்தான் இறந்து சரியாக
இருநூறு வருடங்கள்
கழித்துப் பிறந்தான் என்
நண்பன்.
ஒரு சிறுநகரில்
பொதுப்பணித் துறையில் வேலையில்
சேர்ந்தான் அவன்
தனது மகனுக்கும் மகளுக்கும்
திருமணம் செய்து
தன் பணியிலிருந்து ஓய்வு பெற்றான்
இன்று காலை
என் நண்பனின் மகன்
தொலைபேசியில் பேசினான்.
அப்பா மாரடைப்பால் இறந்துவிட்டார் என்று
நாற்பது வருட நண்பனை
சடலமாய்ப் பார்க்க ஏனோ
மனம் ஒப்பவில்லை
ஆனால் அவன் இறந்தநேரமும்
திப்புசுல்தான் இறந்த
நேரமும்
ஒன்றாக இருந்தது

மௌனம்

ஏனோ சிலருக்கு சில நேரம்
பறவைகளிடம்
பேசத் தோன்றுகிறது

கணவனைப் பிரிந்த பெண்
சிட்டுக் குருவியோடு பேசுகிறாள்
மனைவியைப் பிரிந்தவன்
செங்கால் நாரையோடு உரையாடுகிறான்
காதலியைப் பிரிந்தவன் கிளியோடு
ஏன், அவர்கள் சொல்லவிரும்புவதைக் கேட்க
பக்கத்தில் யாருமில்லையா

உறவினர்கள், நண்பர்கள், அதிகாரிகள்,
வக்கீல்கள், மந்திரிகள், கோயில்குருக்கள்,
உளவியல் நிபுணர்கள், சாமியார்கள்
யாருமில்லையா
யாரும் இல்லை போலும்
இருந்தும் இல்லாத முடிவு எடுத்தார்களா

அன்னங்கள், புறாக்கள், குயில்கள்
ஏதாவது ம் கொட்டியிருக்கிறதா
இல்லை வெறுமனே தலையைத்
திருப்பிக்கொண்டு
அங்கும் இங்கும் பராக்கு பார்க்கச்
சொல்லுகிறதா
இறைஞ்சுகிறார்கள்
தாஜா பண்ணுகிறார்கள்

இல்லாவிட்டாலும் இருக்கிற முடிவை
கொண்டுள்ளனவா அவற்றின் கூர் அலகுகள்
பளபளக்கும் தோல்கள்
நேர்த்தியான இறக்கைகள்
மற்றும் மலங்கமலங்க விழிக்கும் கண்கள்

பறவைக்கும் அவர்களுக்கும் நடுவே
உயிர்த்தெழும்
கயிற்றுப் பாலத்தில்,
தாறுமாறாய் ஓடுகிறார்கள்.
போய்க்கொண்டும்
திரும்பிக்கொண்டும் இருக்கிறார்கள்

காற்றில் உதிரும் சிறகாய்
பறவையே! நீ எங்கே போகிறாய்
என்று கேட்கிறார்கள்
பிறகு மௌனமாகிறார்கள்

▲

மூன்று பெண்கள்

லேசான தூறல்
சாலைத் திருப்பத்தின் தொலைவில்
நடந்து வருகிறாள்
நீலநிறச் சுடிதார் அணிந்த பெண்
அவள் முகத்தில்
அப்படி ஒரு பேரமைதி
என் அருகே நெருங்கி
என்னைக் கடக்கையில்
நீலநிற வளையல்கள்
அவளது இடதுகையில்
மிளிர்ந்தன
என்னையறியாமல் திரும்பிப் பார்த்தேன்
அவ்வளவாக நீளம் இல்லாத கரும்பின்னல்
பின்னால் தொங்கும்
வெண்ணிறத்துப்பட்டாவில் லேசாக அசைந்தபடி
ஒரே நிறத்தில் மூன்று பெண்களும்
என்னைத் தாண்டிச் சென்றார்கள்
வீழ்ந்த
மழைத்துளிகள்
சாலையை
நனைக்கத் தொடங்கின
உலகில்
ஒன்றுமே
நடவாதது போல

பித்துக்குளி

முதலமைச்சர்
மாளிகையிலிருந்து வெளியே வந்தார்
அவர்மேல் விழுகிறது மழைத்துளி
அவர் உடனடியாக
ஒரு சாமான்யனாக
மழைத்துளியில் தன்விரல்கள்
மூழ்குவதைப் பார்த்தார்.
முதல்வரைப் பார்க்க
காத்துக் காத்துக்
கிடந்த சாமான்யன் ஒருவன்
தோளிலும் விழுகிறது ஒரு
விசும்பின் துளி
அவன் உடனே தலை உயர்த்தி
மன்னாதி மன்னன் என
புன்னகைத்தான்.
மழைத்துளி
ஒரு பித்துக்குளிதான் போலும்

வீட்டுக்கடிகாரம்

என் வீட்டுக்கடிகாரம் கீழே விழுந்து உடைந்துவிட்டது
அதன் சிறுபாகங்கள்
வீடெங்கும் சிதறிக் கிடக்கின்றன
இனி, எப்படி மணி பார்ப்பேன் நான்
மணி தெரியாதவன் ஆயினேன்
அறை எங்கும் சுற்றிச்சுற்றிப் பார்க்கிறேன்
நாற்காலிகள்
எரியும் பல்புகள்
ஓடிக்கொண்டிருக்கும் தொலைக்காட்சி
கீழே மிருதுவான மலைபோல
குவியலாய் கிடக்கும் போர்வை
மேஜைமேல் இருக்கும் வீட்டுச்சாவி
யாவும்
ஒரே மணியைக் காட்டிக்கொண்டிருக்கின்றன
சைக்கிள் பெல் அடித்து பால் ஊற்ற வந்த
பால்காரனும்
அலுவலகம் கிளம்பிச்செல்லும் மகளும்
அதே மணியைக் காட்டுகிறார்கள்
வயிற்றுப் பசியும்
தூக்கம் மற்றும் முழங்கால் வலியும்
அதே மணியைத்தான் காட்டுகின்றன
இனி ஊருக்குக் கிளம்புகையில்
எந்த மணியைப் பார்ப்பது
வாஷ்பேசினில் இருக்கும் பற்பசையும்
ஓடிக்கொண்டிருக்கும்
மோட்டார் சத்தமும்
காட்டிக்கொண்டிருக்கும் மணியையா
ஆனால் நல்லவேளை
இந்த மணியைப் பார்க்க
கணிதப்பாடம் எதுவும்
படித்திருக்கத் தேவையில்லை

காந்தி சிலைக்குக்கீழ்

காந்தி சிலைக்குக் கீழ்
காலவரையற்ற உண்ணாவிரதம் இருக்கலாம்
கடலைவண்டி நிறுத்தலாம்
முழங்கால் மடித்து அமர்ந்தபடி
தோற்றம் - மறைவு எழுத்துகளைப்
பார்த்துக்கொண்டிருக்கலாம்
மேலும்
படுத்தபடி கிடக்கலாம்
செருப்பைக் கழற்றிப்போட்டு
மறந்துவிட்டு வரலாம்
ஒரு சின்னஞ்சிறுவன் "இவர் யார்"
என்று கைநீட்டிக் கேட்கும்போது
அவன் கையில்
ஒரு ஐபேடைத்
திணிக்கலாம்
இன்னும் ஒரு காகம் அவர் தலையைக் கடக்கையில்
அல்லது
கருமேகம் சுற்றிவரத் திரள்கையில்
சிலையின் விரல் நுனிகளிலிருந்து
மழைநீர் வழிந்தோடுவதை
வெறிச்சிட்டுப் பார்க்கலாம்
பிறகு
போகும் வரும் பஸ்களைப்
பார்த்தபடி
எதில் தொற்றிக்கொள்ளலாம்
என்றும்
எந்த பேக்கரியில் வாங்கலாம் என்றும்
அல்வாவோடு ஒரு பரிசோதனை
செய்யலாம்

பின்னிருந்து பார்த்தல்

தண்ணீரே தண்ணீரே
உனக்கு ஏன்
பள்ளத்தில்
பள்ளங்களின் மேல்
இவ்வளவு ஆசை
ஏன் சிகரங்களிலும்
சரிவுகளிலும்
சுவர்களிலும்
தலைகளிலும்
தங்கியிருக்க மாட்டேன்
என்கிறாய்
பள்ளத்தில் யார்
இருக்கிறார்கள்
உன் ஆடவனா
உன்னை நீயே
தொட்டுக் கொண்டபடி
கண் கிறங்கி நிற்க
வேறு இடம் எங்கும்
இல்லையா
ஏன் உன் சிறு அறைகளில்
எப்போதும் அசைந்து
கொண்டிருக்கும்
ஓவியங்களை
பின் இருந்து பார்த்தபடி
பாட்டுப்பாடிக் கொண்டிருக்கிறாய்
அந்தப் பாடலை எனக்குச்
சொல்லித் தர
மாட்டியா

குற்றப்பொருள்

நான்
டோக்கன் நம்பர் 45
வங்கியில் கவுன்டர்
முன்பாக
காத்திருக்கிறேன்
45 என்னும் சத்தம்
என் ரத்தம் போல
ஓடிக்கொண்டிருக்கிறது
42 என்ற
குரல் கேட்டபோது
நான் அவசரமாய்
எழுந்து நின்றேன்
43ஆவது நபர்
என்னை முறைத்துப்
பார்த்தார்
42 என்
சட்டையைப் பிடித்து
அடிக்க வந்தார்
நான்
சரிவது போல சரிந்து
சரியாகாமல்
நின்றேன்
என் கையிலிருந்து கீழே
விழுந்து
45 எண்ணுள்ள பித்தளை
வில்லை என்னை
சாயவிடாமல் தூக்கி நிறுத்தியது
அந்தக் குற்றப்பொருளின்
மெல்லிசை

வேப்பிலைகள்

வேப்பிலைகள் முந்திச் செல்கின்றன. ஆனால்
அவசரப்படாமல் மிகவும் பொறுமையாக
வெயில் என்னை முந்திக் கடந்துவிடுகிறது
அதன் விரைவு என் கட்டுக்குள் இல்லை
எப்போதும் என்னை முந்திக்கொண்டு
காணாமல் போய்விடுகின்றன. வீட்டுச்சாவிகள்
மற்றும் மாத்திரைச் சீட்டுகள்
மேலும் அவசரமாய் என்னை முந்திக்கொண்டு
உடைந்து காணாமல் போய்விடுகிறது கையில் நான்
எடுத்த
பல்புகள் மற்றும் கண்ணாடிகள்
என்னை முந்திக்கொண்டு சுழல்கின்றன கோள்கள்
நள்ளிரவில் என்னை முந்திக்கொண்டு
குறுக்காகக் கடக்கிறது வண்ணத்துப்பூச்சி
என் தோள் மேல் சரிந்தபடி
ஆஸ்பத்திரிக்கு அழுதபடி
என்னை முந்திக்கொண்டு செல்கிறான் என் பையன்
என் ஆறுதல் சொற்களை முந்திக்கொண்டபடி
என் தோளை நனைக்கிறது
அவன் கண்ணீர்த் துளிகள்

ருசி

துஷ்டி கேட்டுவிட்டுத்
திரும்புகிறவர்கள் ஏனோ
பையவே நடக்கிறார்கள்
அவர்களது கடிகாரமும்
இருபக்கம் தலைகொண்ட மீனைப்போல
மெல்லவே சுழல்கிறது
ஒவ்வொரு தப்படியிலும்
மீனின் ஒருவாய் விழுங்க
மறுவாயில் வெளி
வருகிறார்கள்
சாலையில்
பஸ்கள் வெகு தொலைவிலும்
சாம்பல் நிற வானம்
அருகாமையிலும் நகர்கிறது
திடீரென்று
அந்த
இரண்டுவாய் மீனை
அவசரமாய்ப் பிடித்து
பொரித்து
உண்ணத் தொடங்குகிறார்கள்
அவ்வளவு ருசி

▲

முகம்

கவிதையே
உனக்குத் தெரியுமா
நான் உன்னை வாசித்துக்கொண்டிருக்கிறேன் என்று
உன்னை வாசிக்காமல், மேஜையில் நீ
மூடிக் கிடக்கும்போது
நீ தொணதொண வென்று
ஏதும் சொல்கிறாயா, என் அம்மாவைப் போல
கவிதையே! நீ யார்
சென்னையைப் போல
இறக்கை முளைத்த நகரமா நீ
அல்லது
ஆள் நடமாட்டம் அற்ற
எங்கள் சிற்றூரின்
மதியவேளையா
அல்லது
அதிகாலைப் பறவையின்
உற்சாகப் பேச்சரவமா
அங்கங்கே சிதறிக் கிடக்கும்
கவிதைப் புத்தகங்களே!
என் குடும்ப அட்டையில்
உன் பெயர் இல்லைதான்
எனினும்
என் வீட்டை எப்போது புகைப்படம் எடுத்தாலும்
சிரித்தபடி தெரிகிறது
உன் முகம்

அரைக்கனிகள்

செந்நிற ஆப்பிளை
என்னை நோக்கி
நீட்டினாள் காதலாள்
நான் வெறுமனே
வாங்கி
அருகிருந்த மேஜையில்
வைத்தேன். மெதுவாக
முன் சாய்ந்து
அவளது
இடது தோளின் கீழாக சாய்ந்தேன்
எப்போதும் அவளது சிறிய
இந்த அரைக்கனிகள் போதும்
எனக்கு.
எப்போதும், எப்போதும்.

வண்டு

கருங்குளங்களில்
தாமரையை
தாமரைகளைப்
பார்க்கும் போதெல்லாம்
பரவசமாகிறேன்
நான் என்ன வண்டா
ஆனால்
தண்ணீரில் ஒவ்வொரு முறையும்
சோடாப்புட்டி கண்ணாடி அணிந்ததாயும்
வழுக்கைத் தலையாகவும் என்
முகம் தெரிகிறது
ஒவ்வொரு வண்டின் முகமும்
ஒவ்வொரு மாதிரி போலும்

ததும்பல்

யாரிடம் என்ன பேசவேண்டியிருக்கு
நீர்த்துளிக்கு
மழை ஓய்ந்த மாலை நேரத்தில்
தேநீர்க் கடைக்கு
மேலே ஓடும்
எலெக்ட்ரிக் கம்பியின் நீளங்களில்
ஆரோகணித்து இருக்கிறது அது
ஊருக்கு வெளியே தொலைவான
தொலைவில்
தெரியும் கண்மாயில்
இங்கிருந்தே ததும்பிக்
கொண்டிருக்கிறது

இங்	இங்	இங்
கி	கி	கி
ரு	ரு	ரு
ந்தே	ந்தே	ந்தே

ஒரு நினைவின் தவறான முகவரி

நினைவு என்றால் என்ன
அது ஒரு நீர் அருந்தும் மீன்வாய்
நினைவு என்பது யார்
    எங்கோ மணலில் அரைகுறையாய்
    புதைந்து கிடக்கும்
    ஒரு நண்டு
நினைவு என்பது எதற்கு
    ஆரம்பத்தை அடித்துத் துவைத்து
    பிழிந்து பிழிந்து
    தொங்கவிட
நினைவு என்பது எங்கே
    இதோ பனைக்கு பனைக்குத் தாவும்
    செஞ்சூரியனின் விளிம்பில்
நினைவு என்பது எப்போ
    நீரை கீழிருந்து அல்ல
    மேலிருந்து பற்றும் விரலில்
    சொட்டும் அப்போ

ஏசு செய்த நார்காலி

அருங்காட்சியகக் கையேட்டில்
வரைபடத்தோடு எழுதியிருந்தது
3ஆவது தளத்தில்
24ஆம் நிர் அறையில்
ஏசு செய்த நாற்காலி
வைக்கப்பட்டுள்ளது என்று
மின் தூக்கியிலிருந்து
வெளியே வரும்போதே கண்ணில் பட்டது
அந்த அறையும்
மஞ்சள் வெளிச்சத்தில்
"ஏசு செய்த நார்காலி"
என்ற அறிவிப்புப் பலகையும்
அருகில் சென்றேன்
இரும்புக் கிராதியின் பின்னால்
கண்ணாடிப் பேரறையில்
நட்டநடுவில் வைத்திருந்தார்கள் அதை
மின்னணு வேலி வேறு, சுழலும்
கண்காணிப்பு கேமிராக்களும்
அடுத்த அறைக்கு நகர்ந்தேன்
நாற்காலியில் அல்ல
நார்காலியில் அமரமுடியாததற்கு
யாராவது கவலைப்படுவார்களா
என்ன

▲

நீலச் சிற்றாடை

பாரிமகளிர் கொடுத்த
நீலச் சிற்றாடையை
அவ்வை பத்திரமாய்
வைத்திருக்கிறாள்
எங்கு சென்றாலும் அதை
அடிக்கடி எடுத்துப் பார்த்துக்கொள்வாள்
தன் மடியில், எடுத்து
வைத்துக்கொள்வாள்
அந்த நீலநிறச் சிற்றாடை
அவளது நீலவானம்
அவளது நீலவானம்
எனது நீளமான சிற்றாடை

6.44 AM

*காலையில்
குளிக்கச் செல்கையில்
மணி 7.10
இருக்குமா என்று
நினைத்தபடி
கழுத்துயர்த்தி அண்ணாந்து
பார்த்தேன்
சுவர்க் கடிகாரத்தின்
கறுப்புநிற முட்கள்
6.44ஐக் காட்டின
ஓ! ஓ!
26 நிமிடங்கள் உடனே
சேர்ந்துவிட்ட
திடீர்ப் பணக்காரனாக உயர்ந்தேன் நான்
தின்னத் தின்ன தின்னத் தின்ன
தீர்ந்து போகாத சிறு
அப்பத்தின் ருசியாயிருந்தது
அந்த
6.44 AM*

இனிமை

நெருநல் உளன் ஒருவன்
நெருநலில் இல்லை என்னும்
இனிமை படைத்ததிவ்
உலகு
▲

கண்ணாடித் தொலைவு

ஆஸ்பத்திரியில்
ஸ்கேன் எடுக்கும் அறைமுன்
காத்திருந்தேன்
ஒவ்வொரு தடவையும் கதவு திறக்கும்போது
வெண்ணிற உடை தரித்த இளம்தாதி
வேறு யார்யாருக்கோ
பழுப்புநிறக் கவரைத் தந்தாள்
தண்ணீர் குடித்து வந்த
நீர்த்தருணத்தில்
என்னுடைய பழுப்புநிறக் கவரும்
எனக்குக் கிடைத்தது

பிரித்துப் பார்த்தேன்
இருண்ட நெடுவானத்தில்
நட்சத்திர ஒளிகளால் ஆன
ஒரு எலும்புக்கூடு ஓ!
இதுவா நான்

நானும் எனக்குப்
பின்னால் எலும்புக்கூடும்
இருள்வலியில்
நடந்தோம்

மருத்துவர் அறை திறந்து
இருவரும் நுழைந்தோம்
டாக்டர்
எலும்புக்கூட்டை
நாற்காலியில்
அமர வைத்தார்
பிறகு எழுந்திருக்கச்

சொல்லி அங்கங்கே
சுண்டிப் பார்த்தார்
எலும்புக் கூட்டோடு
தொடர்ந்து பேசத்
தொடங்கினார்

கண்ணாடித் தொலைவில்
இருந்தபடி
என் கழுத்து எலும்பு
தன் பணிவைத் தெரிவித்தது
என் பையில் நான்
துழாவத் தொடங்கினேன்
எவ்வளவு
காசு இருக்கிறது என்று
பார்க்க

நடை

புற்களுக்கு மேலே நடக்காதீர்கள்
என்கிறது
அறிவிப்புப் பலகை
சரி
இனிமேல்
புற்கள் கூடவே
நடக்கத் துவங்குவேன் நான்

எப்போதும் விடிந்துகொண்டிருக்கிறது

என் அறுபது வயது
ஒரு அதிகாலையில்தான்
தொடங்கியது
என் பால்யம் இளமையிடமும்
இளமை முதுமையிடமும்
விடைபெற்றுச் சென்றுவிட்டன
நேரம் போனதே தெரியவில்லை
காற்றில்
லப்டப் என்று அடிக்கும்
ஜன்னல் வழியே
எப்போதும் விடிந்துகொண்டிருக்கிறது
சில நேரம் பின்மதியத்தில்
சில நேரம் நள்ளிரவில்
சில நேரம் ஆஸ்பத்திரியில்
சில நேரம் ஓய்வூதிய வரிசையில்
எப்போதும்
விடிந்துகொண்டிருக்கிறது

நிலவும் நிலவுகளும்

எங்கள் ஊர் சிற்றூரும் அல்ல
பேரூரும் அல்ல
எங்களூரில் நான்கு கிணறுகள்
மூன்று ஊருணிகள்
ஒவ்வொரு இரவும்
எங்களூரில்
ஏழு நிலவுகள் வந்து
அழகு கொள்ளை கொள்ளும்
தண்ணீரில் கல் எறிந்து
ஒரே நிலவை
ஆயிரம் நிலவாய்
ஆக்குவோம் நாங்கள் சிறார்கள்.
வெறுமனே
பொறுமை காத்து
ஆயிரம் நிலவுகள்
ஒரே நிலவாய் கலப்பதைப்
பார்ப்பார்கள் பெரியவர்கள்
இப்போது ஊருணியை
பஸ்நிலையங்கள்
ஆக்கிவிட்டார்கள். மேலும்
கிணற்றை மூடி
குப்பைத்தொட்டியாக மாற்றி
விட்டார்கள்.
இப்போது
தனியான ஒரு நிலவு
எங்கள் ஊர்
மேலாகப் போய்க்கொண்டிருக்கிறது

தருணம்

ரயிலில் எதிர் இருக்கையில் ஒரு இளம்பெண்
ஒரு முதியவளின் மடியில் வீழ்ந்தபடி அழுது
கொண்டிருந்தாள். "இவளோட
அப்பா
விபத்தில் இறந்துட்டான் அங்குதான் போகிறோம்"
என்றாள் மூதாட்டி
"கல்லூரி விடுதியில் போய் கூட்டிக்கொண்டு
வருகிறேன். நான் இவளுடைய
அத்தை" என்றாள்.
யாரும் பேச முடியாத தருணத்தில் ரயில் நுழைந்தது.

என் அப்பாவை எவ்வளவு படுத்தியிருக்கிறேன்
அவர் எழுப்பி விட்டபோது எழவில்லை.
படிக்கச் சொன்னபோது படிக்கவில்லை. மேலும்
வீட்டுவேலைகள் சொல்லியபோது எரிந்து விழுந்தேன்
அவர் முதுமையில் தள்ளாமையோடு இறந்தபோது
நான் கொள்ளி வைத்த சுடுகாடு
இப்போதும் இருக்கிறது.
அங்கு உள்ள கிணற்று நீர் இப்போதும்
குளிர்ந்து இருக்கிறது
வேப்பமரத்தில் எப்போதும் நாலைந்து காகங்கள்
அலகைத் தீட்டிக்கொண்டிருக்கின்றன
அவர் இப்போது அங்கும் இல்லை.
என் பேசமுடியாத தருணங்களின் எண்ணிக்கை
கூடிக்கொண்டே போகிறது.

பரிசு

நீ உடைத்தால்
முட்டை ஏன் உடைய வேண்டும்
உடையாமல் இருக்கலாம்
அதற்கு அந்த உரிமை இருக்கிறது
நீ
குடத்தைக் கவிழ்த்தால்
தண்ணீர் ஏன் கீழே
சிந்த வேண்டும்
வழியாமல் இருக்கலாம்.
அதற்கும் அந்த உரிமை இருக்கிறது
ஆனால்
முட்டைகள் உடைகின்றன
தண்ணீர் சிந்துகிறது. ஒரு
விளக்குமாற்றுக் கொண்டையை
உனக்குத் தந்தபடி
உன் கைகளில்
அதைப் பரிசாகத்
திணித்தபடி

காதல் உவகை

கண்ணாடிக்கருகில் கொண்டுபோய்
முகத்தைப்
பார்த்தாள்.
ஜடையைப் பின்னிப் பின்னி சரி செய்தாள்.
பூச்சரத்தை
தோளுக்கு முன்
இழுத்துவிட்டாள்.
உவகையும் நகையும், அவளது
உள்ளங்காலிலிருந்து
மேல் ஏறின
அவள்
கண்களும் கால்களும் அவளுக்குத்
தெரியா நடனத்தை
ஆடத் தொடங்கின
தலையின்
பூவிலிருந்து
ஒரு வெண்ணிற இதழ்
உதிர்ந்தது.
அது
கீழே
விழத் தொடங்குகிறது
அச் சிறு இதழ்
தரையைத் தொடாதிருக்கட்டும்.

பொற்கணம்

என்னை இனிமேல் அம்மா
ஏமாற்ற முடியாது. ஏனென்றால்
நான் சிறுவன் அல்ல
என்னை இனிமேல் தத்துவங்களும்
அரசியலும் ஏமாற்ற முடியாது. ஏனென்றால்
நான் இளைஞன் அல்ல
என்னை இனிமேல் மதமும் கலையும்
ஏமாற்ற முடியாது. ஏனென்றால்
நான் நடுத்தர வயதினன் அல்ல.
என்னை இனிமேல் மாத்திரைகளும் மரியாதைகளும்
ஏமாற்ற முடியாது. ஏனென்றால்
நான் முதியவனல்ல.
நான் இப்போது மூப்பைக் கடந்தவன், சின்னஞ்
சிறு குழந்தையைப் போல.
யாராவது என்னை லேசாக விரலால் தொட்டால்
போதும்.
எனக்குள்
சுடர்கிறது ஒரு பொற்கணம்
இப்போது நான் அணிந்திருக்கும்
பழைய ஆடைகளுக்குள்
ஏமாறுவதற்கு யாரும் இல்லை.

மணல்வீடு

எனது
மணல் வீடு
சரிந்து சரிந்து
விழுகிறது
எழுந்து
விடைபெறுகிறேன்.
இனி
மணல்தான்
என்
சுவடுகள் போலும்.

உச்சி

வேகமான பஸ்பயணத்தில்
நெருக்கடிச் சாலையில், என்
இடதுபக்கம் தெரிகிறது
பூங்கா ஒன்று
அதன் துருவேறிய அகலக் கதவில்
தொங்குகிறது
ஒரு பழுப்பேறிய பூட்டு,
பச்சை இருளும்
இருண்ட பசுமையாய்
குளிர்ந்தபடி இருக்கும் பூங்காவில்,
யாருமில்லை -
ஒரு விநாடியில்,
ஒரு விநாடி
அங்கிருந்த காலிப்பெஞ்சுகள் அனைத்திலும்
அமர்ந்தன என் கண்கள்
ஒரு விநாடி
தொன்மையான
நலநடை பாதைகளில்
நடந்து
சுற்றி வந்தன
மேலும் -
ஒரு விநாடி
அங்கிருந்த
சறுக்கில் ஏறி -
இறங்கும் முன் நகர்ந்துவிட்டது பஸ்.
சறுக்கின் உச்சியில்
நின்றுகொண்டிருக்கிறேன் நான்.

நிர்வாணம்

யாருமில்லை என்பதால்
வீட்டில் சில நேரம்
நிர்வாணமாக இருந்தாள்.
யாருமில்லை என்பதால்
நிர்வாணமாக இல்லை.

அவசர அவசரமாய்

அவசர அவசரமாய் பரிசளிக்கிறேன்
மலர்க்கொத்து ஒன்றை உனக்கு
அவசர அவசரமாய் அம்மா
பூச்சரத்தை
மகளுக்கு சூடுகிறாள்.
மாலைகளை
அவசர அவசரமாக வாங்கிக்கொண்டு
ஓடுகிறான் கோயிலுக்கு,
மரண வீட்டிற்கு,
கண்கள் தெருவையோ, தொலைக்காட்சியையோ
பார்த்துக்கொண்டிருந்தாலும்
விரல்கள் அவசர அவசரமாய்
பூவை
நாரில் கட்டுகின்றன.
குப்பைத் தொட்டி அருகே
மன நோயாளி ஒருத்தி
அவசர அவசரமாய்
பூவைப் பிய்த்து தன்
மடியில் கொட்டுகிறாள்.
மலர்
தானே
சருகாகும் ரணத்தை
யாரால் தாங்க முடியும்.

மணல் துகள்

கடற்கரையில்
ஒலிபெருக்கிகள் அலறிக்கொண்டிருக்கின்றன
மின்விளக்குகள் படர்ந்து எரிகின்றன
இன்னும் சிறிது நேரத்தில்
ஜனத்திரள் கூடிவிடும்
மேடைக்கு வந்து விடுவார்கள்
மதத்தலைவர்களும், அரசியல் தலைவர்களும்
சாதி ஆர்வலர்களும்
கண்ணுக்கு எட்டிய தூரம் வரை
ஏகமாய்
பரந்திருக்கும்
பழுப்புநிற மணல் வெளி
பின்மாலை நேரம் என்பதால்
காற்று பலமாய்
வீசத் தொடங்குகிறது
எழுந்து பறக்கத் தொடங்குகிறது
மாபெரும் மணல்வெளி அல்ல.
மணல் துகள்கள்
சின்னஞ்சிறு மணல் துகள்கள்
தன்னந்தனியாய்
தனித்தனியாய்

இரவின் பொருட்கள்

இரவின் பொருட்கள் சிலவே போலும்
ஒரு தலையணை
ஒரு எளிய மிருதுவான காற்று
அணைக்கப்பட்ட தொலைக்காட்சி
இது போதும் நம் இரவை,
உறக்கத்தை வாழ்வதற்கு
புலன்களின் இரவில்
வசிப்பவர்கள்
கொஞ்சமாய் சம்பாதித்தால்
போதும் போல.

துளிகள்

மின்னலோடு
மழை பெய்யத் தொடங்கிவிட்டது
எங்கள் ஊரின் ஜனத்தொகை
நாலு லட்சத்து
75,447 பேர். மதியநேரம் என்பதால்
சாலையில் அதிகக்
கூட்டம் இல்லை.
4,75,447
துளிகள் பெய்துகொண்டிருக்கின்றன.

ஆலிலை

ஒரு தடவைதான் இல்லை என்று சொன்னாள்
பிச்சைக்காரன் காதில் ஒன்பதாவது தடவையாக
விழுந்தது அந்தச் சொல்
அவன் முகத்தில்
கோபம் கனன்றது
அவனுக்கு
மறுதலித்த
9ஆவது ஆளாக குழம்பியபடி
நடந்து சென்றாள்
சாலையோரம் கடந்த
ஆலிலை ஒன்றை
கடந்து சென்றாள்
முதல் ஆளாகவும்
ஒன்பதாவது ஆளாகவும்,
அவள் கால் விரல்கள் பட்டு
ஆலிலை புரண்டது.
இலையின்
முன்பக்கத்தையும்
பின்பக்கத்தையும்
யாரால்
பிரிக்க முடியும்.

பின்தொடரல்

என் தோட்டம் எங்கும்
ஏகப்பட்ட
ஒடிந்த செடிகள்
சாய்ந்த செடிகள்
ஒரு சிறு வண்ணத்துப்பூச்சி
அதை
நிமிர்த்தி வைத்தபடி
நிமிர்த்தி வைத்தபடி
செல்கிறது
எனக்கு அதைப்
பின் தொடர வேண்டும் போல்
இருக்கிறது

பாட்டியின் மரணம்

என்ன சொல்ல முடியும் குழந்தைகளிடம்
பாட்டி சாமிகிட்டே போய்விட்டாள் என்றா
அப்படித்தான் முணுமுணுக்க முடிகிறது
குழந்தைகள் கேட்க விரும்புகின்றன.
சாமியைப் பற்றி.
ஆனால் கேட்பதில்லை . அவர்கள்
எப்படியோ தெரிந்துகொள்கிறார்கள்
பெரியவர்கள்
உரையாடலைத் துண்டிக்கிறார்கள் என்று.
அப்பாவின்
சட்டைகளைப் போட்டுப் போட்டு
ஏங்கும் சிறுவனே
அவசரப் படாதே
நீயும் விரைவில் பெரியாள் ஆகிவிடுவாய்
துண்டிப்புகளின்
கல் மேலும்
முள் மேலும் நடந்தபடி, அந்த
மென்புற்களை வருடியபடி

31/8/2013 மாலை; 5.10

சாலையோரங்களில்
கிடக்கும்
சிறகுகளை, மாலைக் காற்று
மெதுவாக எடுத்து எடுத்துப்
பார்க்கிறது
ஏனோ
கையில் வைத்துக்கொள்கிறது
சற்று நேரம்...
சற்றுநேரம்...

இறப்பு

எதுவும் இப்போது மான்கள் அல்ல.
யாரும் இப்போது மான்கள் அல்ல.
பெரும்பாலான பன்னாட்டு நிறுவனங்கள்
மான்களின் தோலில்
தன் புள்ளிவிவரங்களை விளம்பரம் செய்கின்றன.
உங்கள் தாய்மை அதிர்கிறது. அது
விரும்புகிறது மான் நல்லூழைத் தரும் என்று
மேலும்
அது நினைக்கிறது.
மானின் பொன்னிறத் துளிகள் சதா
வீட்டில் சிந்திக்கொண்டிருக்கும் என்று
அதன் பின்னால் செல்லத் தொடங்குகிறீர்கள்
அது வெகுதூரம் கூட்டிச் செல்கிறது,
வீட்டை விட்டு.
உங்கள் அம்பை உடலில் ஏந்தி
மாரீசன் ஆகிக்கொள்கிறது. கூடவே
இறக்கிறது உங்கள் அம்பு.
மற்றும்
உங்கள் வீடு
நிரந்தரமாக உங்கள் வீடு.

துளிகள் - 2

லாரி ஓட்டுநர்
குளித்து முடித்துவிட்டார்
சாலையோரக்
குளக்கரையில்
விரிந்தபடி கிடக்கிறது
அவரது
காக்கிச் சீருடை
சற்று தொலைவில்
அவரது லாரி. அதன்
நிழலில் இரண்டு ஆடுகள்
வாய்மென்றபடி சாவகாசமாய்
அவருக்கு யாரோ சொல்லியிருக்கிறார்கள்;
ஆடுகள் லாரியைத் தின்றுவிடாது என்று
உடலை, தலையை
முதுகைத்
துவட்டியபடி
சடார் சடார் என்று
உதறுகிறார் நீலநிறத் துண்டை
அவரது நெற்றியில், கழுத்தில்
தோளில்
தெறிக்கின்றன
நூற்றுக்கணக்கான துளிகள்
நூற்றுக்கணக்கான கணங்கள்

பானு நிசப்தம்

பக்கத்து வீட்டு
பானு வீட்டிலிருந்த
வேப்பமரத்திலிருந்து
குயில் கூவுகிறது
பக்கத்து வீட்டு பானுவின் குழந்தை நிற்காமல்
அழுகிறது
பக்கத்து வீட்டு பானு வீட்டில்
கோழிக்கறி சமைத்திருக்கிறார்கள்.
நேற்று இரவிலிருந்து
அவள் வீட்டில் விளக்கு
எரியவில்லை
சின்னப் பூட்டு ஒன்று
தொங்குகிறது
எங்கள் வீட்டில் கேட்கத் தொடங்குகிறது
நிசப்தம்.
பானு நிசப்தம்.

நிழல்

சேதப்பட்ட பகுதிகளைக்
கவனமாக நடந்து
நடந்து பார்க்கிறார்கள்
காவல்துறை அதிகாரியும்
தாசில்தாரும்
யார் நள்ளிரவில் சிலையை
சேதப்படுத்தியது என்று.
இன்னும் துலங்கவில்லை.
சாலையின் இரு புறங்களில்
இரண்டு சமூகத்தினரின்
குமுறும் கூட்டம்
அதிகாரிகள் இருவருக்கும்
நடுவிலும்
சுற்றியும்
பறந்து பறந்து செல்கிறது
மஞ்சள் நிற வண்ணத்துப் பூச்சி ஒன்று
வருவாய்த் துறை அதிகாரி பார்க்கிறார்.
பறந்து பறந்து மறையும்
வண்ணத்துப் பூச்சியைக்
காவல்துறை பார்க்கிறது. மறைந்து
மறைந்து பறக்கும்
சின்னப் பூச்சியை
வண்ணத்துப் பூச்சி வெறிச்சிட்டுப்
பார்க்கிறது.
தன் நிழலை,
சேதங்களிலிருந்து வெளிவரமுடியாத
தன் நிழலை.

வருடம் 20013

புத்தாண்டு இன்று
மார்கழியின் மென்பனியில்
ஒவ்வொரு வீட்டு வாசலிலும்
ஒவ்வொரு வகையான கோலங்கள்
புத்தாண்டு வாழ்த்துக்கள்.
2013
என்று
புன்னகைக்கின்றன ஒவ்வொன்றும்.
வழியில் ஒரு சின்னஞ் சிறு
எளிய வீடு
அதன் வாசலில் மட்டும்
வருடம்
20013க்கான
வாழ்த்தொலி.
நன்றி. இந்தக் கோலம்
போட்ட பெண்ணே
ஒரே ஒரு தப்படியில்
எனக்கு
இருபதாயிரம் ஆண்டு
வாழ்வளித்தாய் மிகவும் நன்றி.

எப்போதும்

மழலையர் பள்ளி
மழலையர் பள்ளி மட்டும் இல்லை போலும்.
சிறைச்சாலைகள்
சிறைச்சாலைகள் மட்டும் இல்லை
போலும்
கடற்கரை கடற்கரைகள் மட்டும்
இல்லை போலும்
அங்கு அங்கு போகும் போதெல்லாம்
மழலையர் பள்ளியில்
திறந்து கிடக்கிறது ஒரு சிறைச்சாலை.
சிறைச்சாலையில், ஒரு
மழலையர் பள்ளி
கடற்கரையில்
கடலும் இல்லாத
கரையும் இல்லாத
எப்போதோ
கைவிடப்பட்ட ஒரு
பட்டினிக் குதிரை
எப்போதும்

ன்மீ

ஒருபோதும்
மீன்கள் திரும்புவதில்லை
திரும்பக் கூடுவதுமில்லை
கடல்கள் திரும்பிக்கொண்டிருக்கின்றன
மீன் திரும்பினால்
ன்மீ ஆகிவிடுமே
யாராவது
ன்மீயைப் பார்த்திருக்கிறீர்களா
வலைவீசிப் பிடித்திருக்கிறீர்களா
மேலும்
ன்மீயை எப்படித்தான்
சமைப்பது
ஆனால், திரும்பித்
திரும்பிக் கொண்டிருக்கும்
ன்மீயை எப்போதும் விரும்பிப்
பார்த்துக்கொண்டிருக்கிறேன்.

அமைதி

தெருவெங்கும் ஏகப்பட்ட
ஒலி பெருக்கிகள்
சாமிபாடல்களும்
திரைப்படப் பாடல்களும் - ஒரே
இரைச்சல்
போகும் வரும் வாகனங்களின்
இடையறாத ஹாரன் சத்தம் வேறு.
அவ்வப்போது
ஆட்டோக்களில் அலறும்
அரசியல் ஆரவார அறிவிப்புகள்
இது போக
பின்மாலையில்
வெள்ளம் எனப் பாய்ந்து
கண் கூச வைக்கும்
நியான் போர்டுகளின் பெருங் கூச்சல்
...
தாசில்தார் நிம்மதியாய்
வீட்டுக்குச் செல்கிறார்
உறங்குவதற்கு.
...
ஊர் அமைதியாய் இருக்கிறது.........

போதும்

இரவுக்குத் தேவை
ஒரு பூட்டு
சின்ன விளக்கு
மென்காற்று
மற்றும்
சுவரோர சிறு மூலை

பகலுக்குத் தேவை
வெவ்வேறு பூட்டுகள்
வெவ்வேறு வகை ரூபாய்த் தாள்கள்
லேமினேசன் செய்த
அடையாள அட்டை

இராப்பகல் அற்ற இடத்தே
இருக்கும்
வினோதராட்சசனுக்குப் போதும்
அவனது விரல்களும்
பற்களும்
மற்றும்
அவன் மேனியைப் போல்
அடுக்கடுக்காய் வரும்
மேகங்களும்

உறக்கம்

கலவிக்கு
சற்று முன்பாகத்
தன் ஆடைகளை
நழுவ விடுகிறாள்
நல்லவேளை,
டமார் என்று
சத்தம் போடவில்லை அது
கரப்பான் பூச்சியைப் போல
சுவரோரம் ஓடவுமில்லை
நொறுங்கி
சில்லுசில்லாய்
தரையெங்கும் சிதறவில்லை
முக்கியமாய்
அதன் நிறங்கள்
ததும்பி
அங்கும் இங்கும்
சிந்தவில்லை
வேகமாய்ச் சுழலும்
ஃபேன் காற்றில்
அதன் நுனிகளும்
உறங்கத் தொடங்குகின்றன.

யாரோ

சட்டையைத் துவைக்கும் போது
அதில் யாருமில்லை
கொடியில் காய்ந்தபடி தொங்கும் போதும்
காய்ந்தபின் மடித்து வைக்கும் போதும்
அதில் யாருமில்லை
சாலையில்
மெல்லிய துணி என
கிழிந்து
காற்றில் புரளும் போதும்
அதில் யாருமில்லை - ஆனால்
ஆலை எந்திரங்களில்
நூல் என ஓடும்போதும்
சாயப்பட்டறைத் தண்ணீரில்
மூழ்கிக் கிடக்கும் போதும்
அதற்கு முன்
கரிசல்காட்டு நள்ளிரவில்
பருத்திச் சுளை என
அசைந்துகொண்டிருக்கும் போதும்
அதில் யாரோ இருக்கிறார்கள்
யாரோ இருக்கிறார்கள்......

மொழி

வானத்தைப் படிப்பதற்கு
எத்தனை மொழிகள் தேவையிருக்கிறது
கோள்களின் மொழி
மேகங்களின் மொழி
மற்றும்
தொலைவில் அசையும்
கொடிகளின் மொழி
நானோ
தமிழ்மொழிகூட சரியாகத்
தெரியாத தறுதலை
இரண்டு கழுகுகள் சதா
சுற்றிக்கொண்டிருக்கும்
வானத்தைப் படித்துக்கொண்டிருக்கிறேன்.
என்
இமைகளின் மொழியில்.

ஒரு பிரிவு

வெகுநேரம் பேசிக்கொண்டிருந்துவிட்டோம்;
யாராவது பச்சைச் சேலை அணிந்த பெண்
நம்மைக் கடந்து சென்றால்
பிரிவோம்
என்றான் நண்பன்
ஒரு முதியவர் வந்தார். நிதானமாக நடந்து சென்றார்.
சாலையில் கார் ஒன்று வேகமாய்ப் பயணித்தது. அதில்
அமர்ந்திருப்பவர் யார்
கரும்பு ஏற்றிய ட்ரை சைக்கிளை
இளைஞன் ஒருவன்
களைப்பின்றி
மிதித்தபடி போனான்.
நேரமோ ஆகிக்கொண்டிருந்தது.
தொலைவில் பேரிளம்பெண் ஒருவள் வந்து
கொண்டிருந்தாள்;
"அதோ எதிர்மரத்தில் பச்சை
இதோ பெண் - பச்சைச் சேலை அணிந்த பெண்
வருகிறாள்
போவோமா"
என்றான்.
நானும் ஆம் என்றேன்
இல்லை என்றால்
விரட்ட வரும்
காவல்துறையிடம்
பச்சை பச்சையாய் வசவு
வாங்கணுமே

என் கண்ணாடி

என்
கண்ணாடி
தொலைந்துவிட்டது
எங்கே இருக்கிறது அது
வழக்கமான இடங்கள்
ஒவ்வொன்றாகத் தேடிக்
கொண்டிருக்கிறேன்
எந்த இடத்தில்
இருக்கிறது
அந்த இடம்.
எல்லாம் மங்கலாகத்
தெரிகிறது
ஆனால்
தெளிவாகத் தெரிகிறது
ஒன்றே ஒன்று.
எல்லாருக்கும்,
ஒரே இமை
ஒரே இமைகள்

நீளம்

மேலும் ஒரு வீட்டில்
ஒரு
விருந்தாளி
எப்படி
நடந்துகொள்வான்
எந்தப் பொருளையும்
அனுமதி பெற்றுத் தொடுவான்.
காத்திருப்பான்,
உணவு பரிமாறப் படுவதற்கு.
மேலும்
குளியலறையை ஓசையின்றி
மூடுவான்
சுவரில் தொங்கும்
போட்டோக்களைப்
பரிவுடன் பார்ப்பான்
குழந்தைகளைக் கொஞ்சிப் பேசுவான்
ஒரு விருந்தாளி
எந்த வித தடயங்களும்
விட்டுச் செல்வதில்லை, அவன்
கொண்டுவந்த
பழங்களையும்
பரிசுப் பொருட்களையும் தவிர
பூமிக்கு
விருந்தாளியாய் வந்தவர்களில்
நானும் ஒருவன்
அழைப்பு மணியை
அழுத்தி விட்டுக்
காத்திருக்கிறேன்;
வாசற்படிக்கும் வீட்டுக்கும்
நடுவே உள்ள தூரம்,
எத்தனை நூற்றாண்டு நீளம்

மறைவு

எங்கிருந்தோ
பறவை ஒலி ஒன்று
விட்டு விட்டுக் கேட்கிறது
எங்கே அந்தப் பறவை.
கட்டட உச்சிகளை
ஜன்னல் விளிம்புகளை, சுற்றும் முற்றும்
பார்க்கிறேன்
பறவையின்
இனிய ஒலியும்,
பறவையைத் தேடத் தொடங்குகிறது,
நானிருக்கும் இடத்திலிருந்து.
அதோ,
அடுக்குமாடி விளிம்பில் தெரியும்
மைனாவின்
அருகில் சென்று
அதன் அமைதியில்
மறைகிறது...
நானும்
அதைப் பின்
தொடர்கிறேன்.

கண்

கண்ணை மூடிக்கொண்டிருக்கவா
திறந்து வைக்கவா
தெரியவில்லையா உனக்கு
எத்தனை நூற்றாண்டுகள் தான் இன்னும் இப்படி
சிமிட்டி
சிமிட்டிக் கொண்டிருப்பாய் கண்ணை
அதனால் பரவாயில்லை
இலை
அசைந்தபடி இருந்தாலும், நின்றாலும்
மரத்திற்கு ஒன்றும்
இல்லை
ஒன்றும் இல்லை.

பை

யாருடைய பிரபஞ்சம் இது
எதற்கு இதில்
இத்தனை முடிச்சுகள்
படிக்கட்டில்
யாரோ வைத்து விட்டுச்
சென்ற பையை
நான் தொடமாட்டேன்.

சாலையில் போவோர் வருவோர்

சாலையில் போவோர் வருவோர் பெரும்பாலும்
கையில் ஏதாவது ஒரு பையை வைத்திருக்கிறார்கள்
தோளில் இருக்கும் என் பையை
எங்கே இறக்கி வைப்பது
திங்கள் கிழமை இருந்த இடத்தில் செவ்வாய்க் கிழமை
சொந்த ஊர் இருந்த இடத்தில் இந்த ஊர்
சதா
சோதனைச் சாவடி மேஜைகளில்
திறந்தபடி இருக்கிறது என் பை
நான்
சேகரித்த நேற்றுகளும்
நாளைகளும்
குற்றவாளிகள் ஆகி
முன்னும் பின்னும்
நடுநடுங்குகின்றன
நான் எங்கே
செத்துக் கிடந்தாலும்
என் பையில் தான்
முதன் முதலில் கை வைப்பார்கள்
என் ரகசியங்களை எப்போதும்
பறிகொடுத்துக்
கொண்டிருக்கிறேன்.

நேரம்

நேரம்: *9.11*
   ஒரு கல் அவன்
   மண்டையை நோக்கி
   சுழன்றபடி வருகிறது

நேரம்: *9.12*
   அப்
   பழுப்பு நிறக் கல்
   பஸ்ஸில் தூங்கியபடி வரும்
   அவன்
   மண்டையில் பட்டு
   உடைகிறது
   பலபல
   கற்களாய்

சிலுசிலு

என்
வீட்டு
காம்பவுண்டு சுவரில்
செம்மாந்து
நிற்கும்
கொக்கின் வெண்ரோமங்கள்
சிலுசிலு வென்று
காற்றில் அசைகின்றன
நினைவின் வலிகள்
சிலுசிலு
வென்று
காற்றில் அசைகின்றன
நினைவின் வலிகள்
சிலுசிலுவென அசையும் நான்
ஸ்தம்பித்து நிற்கிறேன்.
சின்னஞ் சிறுவயதில்,
பதில் சொல்ல முடியாத
கேள்விகளாய் கேட்கும்
என்மகள். துணைவனோடு
விடைபெற்றுச் சென்றுவிட்டாள்.
ரொம்ப நாளாய் போன்கூட இல்லை.
இதோ
மெல்ல எழுந்து பறக்கத்
தொடங்குகிறது
வெண்மௌனம்,
எவ்வித ஓசையுமற்று அது
மறைகையில்
மறையாதிருக்கிறது வீடெங்கும்
சிலுசிலு நிசப்தம்

அம்மா நீங்க பிறந்திட்டீங்களா

அம்மா நீங்க பிறந்திட்டீங்களா
என்றான்
குழந்தை.
ஈரக்கையை சேலைத் தலைப்பில்
துடைத்தபடி அவள்
சொன்னாள்:
இருடா என் அம்மாவைக்
கேட்டுச் சொல்கிறேன்,
அவளுக்குத்தான்
தெரியும் போல.

கிளிங் என்று ஒரு சத்தம்

என் ஊருக்கு இன்னும்
பெயர் வைக்கப்பட வில்லை
என் கண்கள்
எந்த நூற்றாண்டைப் பார்த்துக் கொண்டிருக்கின்றன
என்று
தெரியவில்லை. விடிகாலை
கதவைத்
திறந்து
வாசலில் கிடந்த
பழுத்த இலை ஒன்றை
எடுத்து
அன்புடன் பார்க்கிறேன்
அதை
விரல்களில் பற்றியபடி
முன்னும் பின்னும்
திருப்புகிறேன், காற்றைப் போல.
பிறகு
தூக்கி எறிகிறேன்
இலை
தரையில் சாயும் போது
கேட்கிறது
கிளிங்
என்று ஒரு சத்தம் கேக்கிறது
கண்ணாடிகள் உடையும் போது
கேட்குமே
அந்த சத்தம்.

முடிவிலி

நீ
தரும் முத்தங்கள்.
நீளம்: ஒரு விநாடி
அகலம்: முடிவிலி
நீ
பறித்துவிட்ட
முத்தம்.
அகலம்: ஒரு விநாடி
நீளம்: முடிவிலி
நீ
தராத
சிறுமுத்தம்
நீளம்: முடிவிலி
அகலம்: முடிவிலி
கனம்: முடிவிலி

மணற் கடிகாரம்

மணற் கடிகாரம்
தன்
குடுவைக்குள்
உடைந்து உடைந்து
உடையாமல் இருக்கிறது

முழு மரம்

குழந்தை நெளிந்துகொண்டிருக்கிறான். அம்மா
இன்னொரு கையில் தொலைபேசியில்
பேசியபடி இருக்கிறாள்.
தொலைபேசியையும் கீழே
வைக்க முடியவில்லை
குழந்தை நெளிந்தபடி
வழுக்கத் தொடங்குகிறான்.
ஒரு இலை
நெளிந்து
உதிரும்போது
முழு மரமும்
சாய்ந்து விழுகிறது.

தூசி

பெரும்பாலும்
தொலைக்காட்சியில்
அரசியல் செய்திகள்
கேட்கமாட்டாள்
நகைச்சுவைக் காட்சிகள்
காதை அடைக்கின்றன
சமையல் குறிப்புகளை
சில நிமிடங்கள் கேட்பாள்
ஆனால்
ஒரு போதும் செய்து
பார்ப்பதில்லை. மதியமும் —
அனைவரும் தூங்கும்
அதிகாலையிலும் —
ஒரு துணியை எடுத்து
தொலைக்காட்சியைத்
துடைத்துக்கொண்டிருப்பாள்,
குழந்தைகளுக்காக வரும்
விருந்தினர்களுக்காக
தொலைக்காட்சியாலும்
தன்மேலும்
படியும் தூசிகளைத்
தானே துடைக்க முடியவில்லையே

இங்கு வவ்வால்கள் வேலை செய்கிறார்கள்

நாங்கள் கவிஞர்கள்
எங்களுக்குக்
கவிதையை வாசிப்பது என்பது
சாப்பிட உட்காருவது போல

கவிதையை
வாசிக்காமல் இருப்பது என்பது
சமையல் செய்வது போல

கவிதையை
எழுதுவது என்பது
வவ்வால்கள்
சாப்பிடப் பறந்து அலைவதைப் போல
மேலும்
வவ்வால்கள் சமையல் செய்யாததைப் போல

கவிதையை
விமர்சிப்பது
என்பது
கடலில்
ஒரு ஆமை
சாப்பிட்டுக்கொண்டிருப்பதைப் போல
மேலும்
ஒரு ஆமையைக்
கடல் சாப்பிடுவதைப் போல

மாறி மாறி

என் புகைப்படம் தேநீர் அருந்துவதில்லை
உறங்குவதற்குப் போர்வை தேடுவதில்லை
ஆனால் வரிசைகளில்
நிற்கிறது,
என் மனுக்களில் படிவங்களில்
மேலும்
ட்ராபிக் சிக்னலில்
அருகில் நிற்பவர், என்னைப்
பார்க்கிறார்.
ஒரு விநாடி புகைப்படமாய்.
சோதனைச் சாவடிகளில்
என் முகத்தையும்
நான் நீட்டிய
ஆவணத்தில் என்
போட்டோவையும்,
மாறிமாறிப் பார்க்கிறார்
ஒரு அதிகாரி
நானும் பார்க்கிறேன்
மாறி மாறி
அவர் முகத்தையும்
என் போட்டோவையும்

ஒரு சொட்டு நீர்

என்று எனக்குப்
பெயர் வைத்தார்களோ,
அன்று எனக்குத் தெரியாது.
அன்று என் தந்தை வெளியில்
சென்றுவிட்டாராம், பிறப்புச்
சான்றிதழுக்கு மனு செய்ய
பெரும்பாலான நேரங்களில்
என் அத்தைதான் என்னைத்
தூக்கி வைத்திருந்தார்களாம்.
மூன்று முறை என் பெயரை என்
காதில் சொல்லியிருக்கிறார்கள்
காற்று
மேகம்
மழை
ஒரு சொட்டு நீரில்
மூழ்கிக் கொண்டது
மாபெரும் பூமி
பூமியில் இல்லாத பூமி........

என் புனைபெயர்

என் புனைபெயர்
ளிங் கிளிங் ளிங்
பதினேழு வயதில் ஒரு
சைக்கிள் கடையில் பன்ச்சர் ஒட்டும்போது
கவிதை எழுத ஆரம்பித்தேன்
அப்போது பேயைப் பற்றியும் கடவுளைப் பற்றியும்
குழம்பிக்கொண்டிருந்தேன்
இருபது வயதில் ஒரு சாப் கடையில்
வேலைக்குச் சேர்கையில்
சிறுகதை எழுதத் தொடங்கினேன்
அப்போது அறம் பற்றியும், மறம் பற்றியும்
விவாதித்துக்கொண்டிருந்தேன்
இருபத்தாறு வயதில்
ஒரு டெக்ஸ்டைல் மில் ஒன்றில் வீவராய்
பணிபுரிகையில்
நாவல் ஒன்று தொடங்கி முடிக்காமலிருக்கிறேன்
எனது புனைபெயர்
ளிங் க்ளிங் ளிங்
என் கவிதைத் தொகுதியும்
சிறுகதைத் தொகுப்பும்
கட்டுக்கட்டாய் பரணில் கிடக்கின்றன
இப்போது எல்லாம்
இலக்கியக்கூட்டங்களிலிருந்து திரும்புகையில்
நண்பர்களிடம் மொழிபெயர்ப்பு
நாவல் ஒன்று இரவல் வாங்கி
வருகிறேன்
எதையும் முழுதாகப் படித்ததில்லை
காலையிலிருந்து இரவு வரை சைக்கிளை
மிதித்துக்கொண்டிருக்கிறேன்
என் சைக்கிள் பெல் ஒலித்துக்கொண்டிருக்கிறது
ளிங் கிளிங் ளிங் என்று

மீன்

உன் வீட்டில்
தொலைக்காட்சி ஒலித்துக்கொண்டிருக்கட்டும்
புத்தகங்களும் செய்தித்தாளும் கிழிந்து கிடக்கட்டும்
நறுக்கிய காய்கறிகள் தரையில் இறைந்து கிடக்கட்டும்
நாற்காலியில் பழைய துணிகள்
தொங்கிக்கொண்டிருக்கட்டும்
உன் அழைப்பு மணியை
நான் அழுத்தும்போது, அப்படியே
திறந்து விடு.
அப்போதுதான்
நீந்திக்கொண்டிருக்கும் மீனை அல்ல
நீண்டுகொண்டே இருக்கும்
மீனைப் பார்க்கக்
கிடைக்கும் எனக்கு

துணையாள்

என்னிடம் கண்ணீர் இல்லாமலில்லை
விளையாட்டுத் திடலில் ஆரவாரித்துக் கத்தும்போது
நீலப்படத்தில் லயித்திருக்கும் போது
அலுவலக பஸ்ஸில் அவசரமாய் ஏறும்போது
நகைச்சுவைப் பேச்சுக்கு சிரிக்கும்போது
என்னிடம் கண்ணீர் இல்லாமலில்லை
அதிகாலை புலரிநடை போகும்போது
மனநல மருத்துவமனை வரிசையில்
துணையாளாய்
அமர்ந்திருப்பவரின்
இறுகிய கன்னத்தில்
அப்போது எல்லாம்
அசைவற்று இருக்கிறது

முகவரி

பாதையில் ஒரு
கல்
தன் முகவரியை என்னிடம்
சொல்லியது
எங்கும்
நான் பார்க்கும்
தண்ணீர்த் துளிகளும்
தம் முகவரிகளை என்னிடம்
முணுமுணுக்கின்றன
எங்கிருந்தோ
கூவும் குயில் கூட தன்
இருப்பிடத்தைக் கூறிவிடுகிறது
மூடிமூடித் திறக்கும்
என் இமைகள் மட்டும்
அழித்து அழித்து
எழுதுகின்றன
என் முகவரியை
எப்படி நான் போவேன்
என் வீட்டுக்கு

புனல் நீர்

பூச்சிகள் போய்க்கொண்டிருக்கின்றன
மரணம் அடைந்த உடல்களை நோக்கி
பூச்சிகளை விலங்குகளை
பின்தொடரும் என் கண்கள்
ஒரு தொலைவுக்கு மேல்
திகைத்து நிற்கின்றன

என் அருகில் நின்றபடி உலவும்
கணியன் பூங்குன்றனின் விரல்கள்
சுட்டுகின்றன
மலையாற்றில் மிதந்தபடி செல்லும் புனை ஒன்றை
நான் பார்க்கும்
ஆற்றுக்கு ஊர்கள் போவதுமில்லை. மறைவதுமில்லை
என் கண்கள் கூடவே
பார்க்கின்றன
போய்க்கொண்டும் இருந்துகொண்டும் இருக்கும்
வேகப்புனலை
அப்புனல் நீரில்
என் கால்கள் நனைகின்றன
கண்கள் ஈரமாகின்றன

அவ்வளவு

மலை
மரணச்சடங்கில் அமர்ந்திருக்கும்
என்னைப் போல்
மௌனமாக இருக்கிறது. சரி.
உள்ளே
அவ்வளவு கனமாக இருக்கிறது.
மலர்
ஏன் மௌனமாக
இருக்கிறது. உள்ளே
அவ்வளவு
கனமாக இருக்கிறது போலும்

ஈரம்

பதில் எதுவும் சொல்ல வேண்டாம்
பதிலுக்கு என்னைப் பார்க்கவும்
வேண்டாம்
உன்னைத் தீண்டும் போது
பதிலுக்குப் பதில்
என்னைத் தொட்டுவிடத் தேவையில்லை
பார்வையில் பட்டோ
படாமலோ
அருகிருந்தால் போதும்
என்னை நனைக்கும்
நீரின் ஈரம்
எதற்கும் பதிலாக இல்லை

மறைவிலிருந்தபடி

அவசரமாய் எதில் மறைந்துகொள்வாய்
அகல விரித்த செய்தித்தாள் பின்னாலா
முன்னே உயரமாய்ச் செல்பவரின்
முதுகுப் புறத்திலா
ஒரு சந்து திருப்பத்திலா
நீ
அவசர அவசரமாய் எதில் மறைந்துகொள்வாய்
ஒரு செயற்கைப் புன்னகையிலா
எளிய பொய்யிலா
ஆனாலும் நீ மறைவிலிருந்து வெளியே வருகிறாய்
சுற்றும் முற்றும் பார்க்கிறாய்
எரிந்துகொண்டிருக்கும் சிகரெட்டாக
தொடங்கிக்கொண்டிருக்கும் கோடைக் காலமாக
கசங்கிய இரவாடையாக
பிறகு அவிழ்ந்த முடிச்சுகள்
கயிற்றுக்குள்ளேயே
மூழ்கியிருப்பது கண்டு
திடுக்கிடுபவனாக.
ஆனாலும் நீ மறைவிலிருந்தபடியே
உலகைப் பார்த்துவிட்டாய்
ஒரு கல்மேல் இருக்கும் இன்னொரு கல்லாக
நீர்ச்சொட்டிலிருந்து உதிரும்
இன்னொரு சொட்டாக
ஒவ்வொரு சொட்டிலிருந்தும் உதிரும்
வேறு ஒரு சொட்டாக

கைலாகு

லேசாகத் தடுமாறிவிட்டது.
விழுந்துகொண்டிருக்கிறேன்.
தடுக்கிவிடுகிறது படிக்கட்டு
விழுந்துகொண்டிருக்கிறேன்
தரை இன்னும் என்னை வாங்கவில்லை
அதுவும் கீழே கீழே
பாய்ந்துகொண்டிருக்கிறது
யாரோ அருகில் வருகிறார்கள்
கைலாகு கொடுக்கிறார்கள்
இப்போதும்
தரை என்னை வாங்கவில்லை
அது எங்கோ போய்க்கொண்டிருக்கிறது
எங்கோ விழுந்து கொண்டிருக்கிறது
ஆனால் எழுந்துவிடுகிறது, சிறு புல் என
சிறு கீரைத் தண்டென, நெடிய
பனை என
நானும் நடக்கத் தொடங்குகிறேன் என்
அலுவலகம் நோக்கி

கடைசி

எப்போதுமே

கடைசி நாணயம்
உலோகத்தால்
செய்யப்பட்டிருக்கவில்லை

கடைசி பெஞ்சு
மரத்தினால் செய்யப்
பட்டிருக்கவில்லை

எப்போதுமே
கடைசி மனிதன்
அடிக்கடி பின்னால்
திரும்பிப் பார்க்கிறான்

கடைசி மூச்சு
மட்டும்
காற்றினால் ஆனதில்லை

அதுவே
ஒரு நகைச்சுவை நடிகையின்
தற்கொலைக் கயிற்றால்
ஆனது

வெளியில் நிற்பவன்

நீ மறைக்க வேண்டியவைகளை
மறைத்துக் கொள். உன்
அழைப்பு மணியை அழுத்திவிட்டுக்
காத்திருக்கிறேன்
நீ
மறைக்க வேண்டியவை மேல்
அவசரமாய்ப் போர்த்துகிறாய்
அழகிய எம்ப்ராய்டரி துணிகளை.
சிறிய சிறிய குப்பைகளை மூலையில் ஒதுக்கி
அதன்மேல்
பூச்சாடிகளை வைக்கிறாய்
காட்சிகளை மறைக்கத் தெரிந்த நமக்கு
இருமல்களை
மறைக்கக் கூடுவதில்லை
நிசப்தங்களும் ஒரு மூடி என்று
இன்றுதான் காண்கிறேன்
எங்கணும் குழந்தைகள் தவழ்ந்து தவழ்ந்து
தரை ஓரங்களில் கிடக்கும் சிறு சிறு
தாள்களை எடுத்து வாயில் வைக்கின்றன
அவர்கள் வேலை மறைந்து இருப்பவைகளையும்
மறைக்கப் பட்டவைகளையும்
வெளிக் கொணர்வது போலும்
அவர்கள் பின்னாலே சென்று
நீ
நிராகரித்தவைகளை
என்னிடம் கொடு. நான்
வெளியில் நிற்கிறேன்

▲

மன்னிக்கவும்

தலை வாரும்போது என் அருகில் யாருமில்லை
டாக்டர் ஸ்டெதாஸ்கோப்பை என்நெஞ்சில்
வைக்கும்போது
ஓட்டுச்சீட்டில் முத்திரை குத்தும்போது
சிவப்பு ரெவின்யூ ஸ்டாம்ப்பில் கையெழுத்து
இடும்போது
ஒரு பூச்சி மேலே ஊரும் போது
மொட்டை மாடியில் நிற்கும் போது
மூன்றுபேர் என்னைச் சுற்றிக் கத்தியை உயர்த்தும்போது
ஒரு நாற்காலி என்முழங்காலை இடிக்கும்போது
தண்ணீர் அருந்தும் போது
மரண ஊர்வலத்தில் பேசியபடி
நடக்கும்போது
படுக்கை விரித்துத் தரும்போது

என் அருகில் யாருமில்லை என்தோளில்
நீ கைபோடும் போது - மன்னிக்கவும்,
நான்கூட

சொல்லாமை

இன்னும் தன் அம்மாவிடம்
சொல்லவில்லை
தான் குழந்தை உண்டாயிருப்பதை
ஓரிரு நாளில் அவள்
சொல்லிவிடக் கூடும்
அம்மாவிடம்
அம்மா சொல்வதற்கு
என்ன இருக்கிறது
இருக்கத்தான் செய்கிறது
எப்போதும்
இலையின் பின்பக்கம்
முன்பக்கத்திடம் சொல்வதற்கு
ஏதோ ஒன்று.
எப்போதும் இருக்கிறது
பின்பக்கம்
முன்பக்கத்திடம் சொல்லமுடியாத ஏதோ
ஒன்று

படிக்கட்டு வாசிகள்

வாசற்படிகளில்
ஏணிப்படிகளில்
பறவைகள் ஒன்றிரண்டு அமர்ந்திருப்பதை, சிலவேளை
பார்த்திருக்கிறேன்
அவைகளுக்கு எதற்கு படிக்கட்டு

படிகளில் அமர்ந்தபடி
எவர்சில்வர் டம்ளரின் கனத்தை ஏந்தியபடி
ஒரு பெண் காபி அருந்திக்கொண்டிருக்கிறாள்
காபி குடிப்பதற்கு எதற்கு படிக்கட்டு

படிக்கட்டுகள்
என்னைப் பார்த்தவுடன் பேசத் தொடங்கிவிடுகின்றன
இப்போதுதான் பேசப்பழகும் சிறுகுழந்தை போல
தனக்குத்தானே பேசிக்கொண்டிருக்கும் பெரும்மூதாட்டி
போல
பின்னால் திறந்து கிடக்கும் வாசல் போல

மேலும்
இரண்டு இடங்களில் ஒரே நேரத்தில்
இருக்கமுடியாதவர்களின்
இல்லம் அதுதான் என்று அப்போது எல்லாம்
உணர்கிறேன்
அதன் விளிம்புகளில் ஆறுதலாய்
சரிந்திருக்கும் போது

புத்தம் புதிது

பழைய தாளைக் கிழிக்கின்றபோது பரவும்
ஓசை
பழையதாக இல்லை

பலபல நூற்றாண்டுகள் ஆன
புராதன மணியின்
ஒலி அலையும்போது கொஞ்சம்கூட
பழையதாக இல்லை

மேலும்
பழங்காலக் கோட்டை ஒன்றில்
பொதிந்திருக்கும்
ஆளுயரக் கண்ணாடி
புதிதாக்கிக்கொண்டிருக்கிறது கோட்டைச் சுவர்களைப்
புத்தம் புதிதாக

பச் பச் இலைகள்

இலவ மரத்தில் ஒரு இலையும் இல்லை
பச்சை நிறக் காய்கள் முழுக்க முதிர்ந்துவிட்டன
எப்பொழுது வேண்டுமானாலும் வெடித்துவிடக் கூடும் அவை
மேற்குக் கிளையில் தொலைவான தொலைவைப்
பார்த்தபடி அமர்ந்திருக்கும் பறவையே
நான் அருகில் வந்ததும் ஏன்
பறந்துவிடுகிறாய்
உன் அந்தரங்கத்தைப் பார்த்துவிட்டேன் என்றா
உன் அந்தரங்கத்தைப் பார்த்துவிடுவேன் என்றா
என்னைப் போல்
மரத்தைப் பார்த்தபடி நடக்கும் பெண்ணே
உன் அருகில் வந்ததும் நீ ஏன்
விலகிச் செல்கிறாய்
உன் அந்தரங்கத்தைப் பார்த்துவிடுவேன் என்றா
உன் அந்தரங்கத்தைப் பார்த்துவிட்டேன் என்றா
எது எப்படியோ
இருட்கனவு கலைந்த இக்காலையில்
நானும்
ஏதும் நிச்சயபுத்தியை அடைந்திருக்கவில்லை. ஆனால்
அதற்குள்
நுனிக்கிளை எங்கும்
துளிர்த்துவிட்டன
பச்பச் இலைகள்

என் காலை உணவு

குளிர்சாதனப் பெட்டியில் இரண்டு முட்டைகள்
இருந்தன.
அவற்றை எடுத்தேன்
அவை மிகவும் குளிர்ந்து இருந்தன
ஒன்று கீழே நழுவி விழத் தொடங்கியது
ஓ! ஓ!
என் காலை உணவே!
திரும்பி வாயேன்
திரும்பி வாயேன்
என் கை இருக்கும் இடத்தில் மட்டும்
நான்
இருக்கின்றேனே.

வேறு வழியில்லை

ஒரு
சின்னஞ்சிறு மலரை
மலரச் செய்யணுமா
வேறு வழியில்லை
உன் புஜபலத்தால்
பூமியைச்
சுற்றி விடு.

என் நூற்றாண்டு

துணியால் வாயைப் பொத்தி அழுதபடி
ஒரு பெண் சாலையில் நடந்து போகிறாள்
    என் பஸ் நகர்ந்துவிட்டது
படிவங்களை நிரப்பத் தெரியாமல்
ஒரு முதியவர் மருத்துவமனையில் திகைத்து நிற்கிறார்
    என் வரிசை நகர்ந்துவிட்டது
தண்டவாளத்தில் ஒரு இளைஞன் அடிபட்டு
தண்ணீர் தண்ணீர் என்று
கையசைத்துக்கொண்டிருக்கிறான்
    என் ட்ரெயின் நகர்ந்துவிட்டது
எவ்வளவு நேரம்தான் நான் இல்லாமல் இருப்பது
எவ்வளவு முடியுமோ அவ்வளவு நேரம்
இருபத்தொன்றாம் நூற்றாண்டு எவ்வளவு நேரமோ
அவ்வளவு நேரம்

இன்னொரு ருசி

குளிர்கனிகள் என் உதடுகளில்
படும்போதெல்லாம் நான்
மிகவும் எளிமையாகிறேன்
நீ
நலமற்று இருக்கும் நேரங்களிலோ
அல்லது
உணவு வேளைகளிலோ
பார்த்துப் பார்த்து
வாங்கி வருகிறேன்
பழங்களை. அதில்
ஒரு கனியை எடுத்து
அவ்வப்போது கடிக்கிறேன்
உனக்காக வாங்கிய கனி
வேறுருசியாக இருக்கிறது
அதைத் துண்டு போடும்போது
அது துண்டுபடாமல்
முன் கணமற்று
முழுதாகவே
இருக்கிறது
மேலும்
அதைச் சாறு பிழியும் போது
எங்கிருந்தோ ஒரு ஆறு
அதில் வந்து கலந்துவிடுகிறதே

அலகிலா விளையாட்டு

சிறுமிகள்
திரும்பிப் பார்த்தபடி
திரும்பிப் பார்த்தபடி
விளையாடத் தொடங்குகிறார்கள்

பெரியவர்கள்
திரும்பிப் பார்த்தபடி
திரும்பிப் பார்த்தபடி
விளையாட்டைத் தடுத்துக்கொண்டிருக்கின்றனர்

திரும்பிப் பார்க்கையில்
பார்வை திரும்பாத
சிலபேர்
எப்போதும்
ஆடிக்கொண்டிருக்கின்றனர் மைதானத்தில்
அலகிலா விளையாட்டு
மைதானத்தில்

விடைபெறுதல்

கத்தாதே
மெல்லப் பேசு
ஒரு
வண்ணத்துப் பூச்சி
ஜன்னல் வழியே
நம் வீட்டில்
நுழைந்துகொண்டிருக்கிறது
நமது
சுவர்கள் அதன்
வெகுமென் சிறகுகள் என
நம்
அறை உரிமைகள் அதன்
அந்தரங்க நிறமென
இசையத் தொடங்கிவிட்டன
கொதித்துக்கொண்டிருந்த கதவுகள்
குளிர ஆரம்பிக்கின்றன
நாம் பாட்டுக்கு
நம் வேலையைப்
பார்த்துக்கொண்டிருக்கலாம்
தொலைக்காட்சியை நிறுத்த வேண்டியதில்லை
ஏதேனும் பாத்திரங்களைக்
கீழே வைக்கும்
ஒலி கேட்டால்
கேட்கட்டும்
இதோ அது
விடைபெற எத்தனிக்கிறது
நம் இறந்தகாலமும்
கடவுளின்
இறந்த காலமும்
ஒன்றாகவே இருக்கிறது

அம்ரித்

தாப்பூ தாமரைப்பூ
தாப்பூ தாமரைப்பூ
அம்மா சொல்லித் தருகிறாள்
அம்ரித் பிஞ்சுக் கையை
உயர்த்தியும் உயர்த்தாமலும்
அசைக்கத் தொடங்குகிறான்
பிஞ்சு விரல்களின்
தயக்க அசைவில்
கேட்கத் தொடங்குகிறது
செனாய் இசை ஒன்று
அருகில்
அவன் அப்பா
இணையதளங்களில்
குட்டிக் கதைகளைத்
தேடிக்கொண்டிருக்கிறார்
செனாயின் துவாரங்களில் இருக்கும்
செனாய்
நீண்டுகொண்டே போகிறது
ஒரு விநாடி
முடிந்து எப்போதும்
தொடங்குகிறது
அமர விநாடி.

மாயம்

நீ
தெரிந்துகொள்ள வேண்டாம்
உனக்காக
நான்
எனக்குப் பிடித்த
காபியிலிருந்து தேநீருக்கு மாறியது
தெரிந்துவிட்டால்
காபி
எனக்குப் பிடிக்காத
தேநீராகவும்
இருக்கும்
மாயம் எனக்கு
மறைந்து போகும்

ஒளி

கவிதை எழுதுவது
என்பது
ஒரு
குண்டு பல்பை
ஹோல்டரில் மாட்டுவது போல் இருக்கிறது
முழுமையானதின்
அமைதியை ஏந்தி
பல்ப்
ஒளி வீசத் தொடங்குகிறது
ஒரு
மெல்லிய இழை
நிசப்தத்தில்
எவ்வளவு
நீள
நன் கணம்

தேவதச்சம்

தன்நாவு நீட்டி
மின்மினிப் பூச்சியைக்
கவ்வுகிறது
தவளை ஒன்று
தவளையும் பூச்சியும்
கலந்து
புதிய ஜீவராசி ஒன்று
ஒரு விநாடி
தோன்றியது
அதற்கு
தேவதச்சம் என்று
பெயர் வைத்தேன்
என் மூச்சு மரத்தின்
தாழ்வுக் கிளையில்
அதன் பிஞ்சுக் கால்கள்
ஏறத் தொடங்கின
இனிமேல்
இந்த ஜீவராசி
பழக வேண்டும்,
பால் குடிக்கவும், குடிக்கப் பால் தரவும்
அதையும்
நான்தான்
பழக்க வேண்டும்

பொலேர் கோப்பை

அடுத்த அறையில்
கிண்ணத்தை யாரோ
கீழே வைக்கும்
மெல்லிய ஒலி கேட்கிறது
அம் மென்மை ஒலியில்
லயித்தபடி
நான் அருந்த அருந்த
என் கைகளில்
மறைகிறது தேநீர் கோப்பை.
மெல்ல மெல்ல
என் விரல்களில்
நிறைகிறது
பொலேர் கோப்பை. எங்கிருந்தோ
வரும்
பொலேர் கோப்பைகள்

இனிய தோழி

ஆட்டவில்லை
அசைக்க வில்லை
துழாவ வில்லை
தண்ணீருக்குள்
கையை வீழ்த்தி
காத்திருந்தேன்
என் இதயம் குளிர்ந்து
சாந்தமானது
நல்லவேளை
எங்கு சென்றாலும்
என்கூட வருவதற்குக்
கிடைத்துவிட்டாள்
ஒரு
இனிய தோழி

நடனம்

என்ன நடக்கிறது
என்று தெரியவில்லை
என்ன நடக்கிறது
என்று தெரிய வேண்டாம்
மேஜையில்
விளிம்புவரை ததும்பும்
தேநீர்க் கோப்பையை
பதனமாய் வைக்கிறேன்
நடனமாய்
மாறியபடி

இரண்டு சூரியன்

உன்னை என்ன பண்ணினால் நீ
சந்தோசம் அடைவாய்
உனக்கும் பிடித்த நகைச்சுவைகள் சொல்லவா
நீ லயித்து உன்னை மறக்கும் இசைத் தட்டுகளை
சுழல விடவா
இந்தியாவில் இரண்டு சூரியன்கள் உதிக்கின்றன
பினாமிகளுக்கு ஒன்றும்
சாதாரணர்களுக்கு ஒன்றும்
சாதாரண நம் சூரியனை இழுத்துச் செல்வது
ஏழு குதிரைகள் அல்ல
ஏழு நாய்கள்
தெருத்தெருவாய் வீதிவீதியாய் ஊர்ஊராய்
நாடுவிட்டு நாடாய்
நான் என்ன செய்து உன்னை சிரிக்க வைப்பேன்
ஒரு நதியைப் போல் ஊரெங்கும்
நிறைய வைப்பேன்
ஒரு கம்பளிப்பூச்சி வண்ணத்துப் பூச்சியாய்
சந்தோஷம் அடைவதை
ஒரு தடவையாவது
பார்த்திருக்கிறாயா

எனது ஊர்

இரண்டு வேளைகளால் ஆனது என் தெரு
மதியம்
இன்னொரு மதியம்
இரண்டு கற்களால் ஆனது எனது புறநகர்
மேற்கில் சமணமலையும்
கிழக்கில் சித்தமலையுமாய் இன்னும் பல
பால்ய பள்ளங்களுமாய்
இரண்டு சொற்களால் ஆனது எனது ஊர்
கோணங்கியின் நத்தைகள் உடையும் ஓசைகளால்
கிரா வின் கிடையாடுகளின் தும்மல் ஒலிகளால்
இரண்டு நிறத்தால் ஆனது என்பூமி
இதயத்தின் செவ்வல் நிறமாய்
நாதஸ்வரத்தின் கரிசல் நிறமாய்
இரண்டு பேர்தான் என் ஊரின் ஜனத்தொகை
நேற்று பைத்தியமாய் இருந்து, இன்று
லோடுமேனாக இருக்கும் ஒருத்தன். இன்று
சிறுதொழில் செய்து நாளை
பைத்தியமாகப் போகிற இன்னொருத்தன்

என் வீடு

மொட்டை மாடியிலிருந்து
விருட்டென்று எழுந்து பறந்து செல்கிறது காகம்
அது விட்டுச் சென்ற
என் வீட்டில்
குக்கர் சத்தம் கேட்டுக்கொண்டிருக்கிறது

ஊஞ்சல்

ஒரு விநாடி எவ்வளவு நீளமாக இருக்கிறது
ஒரு நூற்றாண்டு கடுகைவிட எவ்வளவு
சிறியதாக இருக்கிறது
என்னதான் நடக்கிறது
மௌனி எழுதியிருக்கிறான்:
ஊஞ்சலில் ஆடும் ஒருவன்
தொலைவில் ஒருவனாகவும் அருகாமையில்
வேறொருவனாகவும் இருப்பது பற்றி
என் ஊஞ்சல் சுழல்கிறது கடிகார முள்ளைப் போல
வேகமாக அசைகிறது மேலும் கீழுமாக
பூங்காவில்
பள்ளிச் சீருடையில்
பள்ளிக்குப் போகாமல்
என்னைப் பார்த்துக்கொண்டிருக்கும், பையா
அதோ பார்
தொலைவு வானத்தில்
கழுகொன்றை
விரட்டிக்கொண்டிருக்கிறது
பிஞ்சுக் காக்கை
கவிதையை விரட்டிக்கொண்டிருக்கும்
உரைநடையைப் போல
ஊஞ்சலை முன்னும் பின்னும் ஆட்டுகிறேன்
நீ அருகில்
கழுகாகவும்
தொலைவில் காகமாகவும்
ஏன்
ரொம்ப நேரம் தெரிந்துகொண்டிருக்கிறாய்

இசை

சாலையில்,
ஒரு பைத்தியம் குனிந்து
ஒவ்வொன்றையும்
தொட்டபடி தொட்டபடி
போகிறான் முழு
பூமியும் உடன் மிருதுவாகிறது.
அவன்
தன் விரல்களால் குனிந்து
தொட்டபடி
தொட்டபடி
நகர்கிறான்
வானுயர் கட்டடங்கள் நிறைந்த
சாலையெங்கும் ஒலிக்கிறது
புல்வெளியின் தாழ்ந்த இசை

அகம்

நகத்தை
நகத்தை
கடிக்கும் பெண்ணே
என்
அகத்தையும் சேர்த்துக்
கடிக்கிறாயே
▲

தொல்காவியப் பிரதி

தலையணைகள்
அவ்வளவு மௌனமாக
இருப்பதால் நம்
தூக்கம்
நிசப்தமாக இருக்கிறது போலும்
எழுந்த பின்னும்
தலையணையில்
ததும்பிக்கொண்டிருக்கின்றன
தலைப்பள்ளங்கள்
பிறகு
நடக்கும் போதும்
கூடவே வருகின்றன அவை
புத்தகம் ஒன்றில்
தலைவைத்துப் படுத்தால்
கனவுகளை மாற்றிக்கொண்டும்
கேட்டுக்கொண்டும்
பேசிக்கொண்டும்
தூங்கலாம் போல.
ஆங்காரம் உள்ளடக்கி
ஐம்புலனைச் சுட்டெரித்து
தூங்காமல் தூங்க
விரும்பிய
என் நண்பனுக்கு
தொல்காவியப் பிரதி
ஒன்று கூடக்
கிடைக்க வில்லையா

கண்டுபிடிப்பு

மேலும்
மீன்கள் படகைக் கண்டுபிடிக்க வில்லை
பறவைகள் விமானத்தை
நான் காயகல்பத்தை
▲

பின்புற மனிதன்

ஒருவரைப் பின்னால் இருந்து பார்க்கும்போது
அவர் எந்த விதத்திலும் தன்னைப் பாதுகாத்துக்
கொள்ளாமல் இருக்கிறார் என்று தெரிகிறது
இந்தப் பின்புறமனிதன் பேசிக்கொண்டிருப்பதை
எப்பவாவது கேட்டிருக்கிறாயா, பின்புற
மனிதன் மட்டுமல்ல பின்புறப் பறவைகள் விலங்குகள்
பூச்சிகள் யாவும் கலந்து ஒரே ஒரு பின்புற ஜீவியாய்
உலவுவதும் உட்கார்ந்திருப்பதும் தெரியவருகிறது.
எனினும்
எப்போதுமே ஒரு மரத்தையும் வரலாற்றையும்
பின்புறத்தில் இருந்து
மட்டுமே பார்க்கக் கிடைக்கிறது நமக்கு

பின்னால் மனிதனின் சிறியகுடில் இதோ அருகில்
இருக்கிறது. அங்கு அவன் சதா
சென்று வருகிறான். என்ன அதிசயம். ஒரு
மரத்தின் பின்புறமும்
எப்போதும் என்முகமாக
இருக்கிறது

ா

நீ
எனக்கு
எவ்வளவு முக்கியம் தெரியுமா
பாம்புக்கு
ா
எவ்வளவு முக்கியமோ
அவ்வளவு முக்கியம்

ரகசியம்

நேற்று என் பிறந்தநாள்
சுத்தமாக நினைவில்லை
எவ்வளவு ஆர்ப்பாட்டம்
பண்ணினாலும்
என் பிறந்தநாள்
ஏதோ ஒரு
ரகசியமாகவே இருக்கிறது
அன்று
ஏதோ ஒரு காத்திருத்தல்
விடியற்காலையைப் போல
என்மேல்
கவிழ்ந்துவிடுகிறது
ஒவ்வொரு பிறந்தநாள் அன்றும்
வெவ்வேறு எண்களின்
பிறந்தநாளைத்தான் கொண்டாடுகிறேன்
என்
ஒவ்வொரு பிறந்தநாளின்
மறுநாள் சூரியன்
ஒரு சிறிய அசதியோடு
செம்மண் சாலையில்
விடிகிறது
சில புகைப்படங்கள்
சில கணிதத்தாள்கள், ஒரு
மெல்லிய புதிய உடல்
அங்கங்கே
சிதறிக் கிடக்கின்றன

தெறிப்பு

எப்போவெல்லாம்
மைனாவைப் பார்க்கிறேனோ
அப்போவெல்லாம் தெரிகிறது
நான்
நீராலானவன் என்று

அதன்
குறுஞ்சிறகசைவில்
என் மேலேயே
தெறிக்கிறேன் நான்

நாம்

நாம் சந்திக்க வேண்டாம், கடற்கரையில்
நீண்டு விரிந்து செல்லும் காற்று
நம் பலூன்களை வெவ்வேறு திசைகளில்
அடித்துச் சென்றுவிடும்
நாம் சந்திக்க வேண்டாம், மொட்டை மாடியில்
அங்கு காமத்தின் கழுகுகள் நம்மைப்
பிய்த்துத் தின்றுவிடும்
நாம் சந்திக்க வேண்டாம், படிக்கட்டுகளில்
அங்கு நம் விழிகள் வழிபிரிந்து
மௌனத்தில் மூழ்கிவிடும்
நாம் சந்திக்க வேண்டாம், நள்ளிரவில்
அரைகுறை வெளிச்சம், நம்மை
ஒருவருக்கொருவர் யாரோவாக
மாற்றிவிடும்
நாம் சந்திக்க வேண்டாம், தொலைபேசியில்
நாம் ஓசைகளாகி ஒருவருக்கொருவர்
உருவிலிகளாகத் திரிவோம்
எனினும்
ஒரு சந்திப்பிலேயே நம்
ஆயிரம் சந்திப்புகளின் இனிப்பை
அருந்த விரும்புகிறேன், நான்.
சிறு சிறு இலைகளாக பெரியமரம் ஒன்று
நிற்பதைப்போல
சிறுசிறு கயிறுகளால் மாபெரும் சர்க்கஸ்
ஒன்று நடந்துகொண்டிருப்பதைப் போல

மேலும்
நாம் சந்திக்கத்தான் வேண்டுமா
ஒருதுளி சாலையில் பெய்யவும், முழு
மழையும்
மறைந்துவிடுகிறது.

வினோத ராட்சசன்

ஆனால்
தண்ணீர் கீழே சிந்துகிறது
தட்டுகள்
தரையில் விழுந்து சுழல்கின்றன
தொலைவில் ஒரு
பறவை கிறீச்சிட்டுக் கத்திவிடுகிறது
தவறுதலாகக்கூட
ஒரு தட்டைக்
கீழே போட்டுவிடாதே
அதன்
ஓசை விரிவில்
தட்டு பிரமாண்டமாகிவிடும்
ராட்சசத் தட்டை யாரால் தூக்கிப்
புழங்க முடியும்
தற்செயலாகக்கூட
தண்ணீரைச்
சிந்தாதே. அதன்
சத்தத்தில் பேரருவி
வீட்டிற்குள் பாய்ந்துவிடும்
ஆனால் நான்
சாப்பிட்டுத்தான் ஆகவேண்டும்
தண்ணீர்
குடித்துத்தான் ஆக வேண்டும்
இடம் பெயர்கிறேன்
வினோத ராட்சசன் வீட்டுக்குக் குடிபோகிறேன்
அவன்
எடுத்துத் தருகிறான்

கீழே
விழுந்துகொண்டிருக்கும்
தட்டுகளை.
பிடித்துத்
தருகிறான்
பெய்துகொண்டிருக்கும்
பெருந்தண்ணீரை
மேலும்,
அவன் வீறிட்டழும் குழந்தையையும் தூக்கித் தருகிறான்
இல்லாவிட்டால்,
என்
இரண்டு மகள்களையும் என்னால்
எப்படி வளர்த்திருக்க முடியும்

பே என்னும் மொழி

பெயர் தெரியாத எந்த ஒன்றினாலும்
வசீகரிக்கப்படுகிறேன்
சின்னஞ்சிறு பள்ளி வயதில்
சிலசமயம்
பின் வாசல் வழியே
வீட்டினுள் நுழைவேன்
குளியலறையில் ஒளிந்து கொள்வேன்
நான் இல்லாத நேரம்
வீடு எப்படி எல்லாம் இருக்கிறது
என்று
பார்த்தபடி உவகையுறுவேன்
அதன் குரல்களும்
மௌனங்களும்
என் நாளங்களில்
தித்திப்பைச் சேர்க்கும்,
"திடீர்" என்று
"பே" என்று கத்தியபடி
வெளியில் குதிப்பேன் - சில நிமிடங்கள்
வீடே
ஆனந்தத்தில் ஆடும்,
பெயர் அற்ற
பின் பக்கங்களிலிருந்து
முன் பக்கத்திற்கு
பயணிப்பதற்கு எனக்கு
ரொம்ப நேரம் ஆகவே செய்கிறது

அப்போது
பே
என்ற மொழிதான் பேசக் கிடைக்கிறது
பேசாமலிருக்கவும்.

வலது பக்கம்

அவளது வலது பக்கம் அம்மா அமர்ந்திருக்கிறாள்
எதிரில் இருக்கும் அதிகாரியோ
தேநீரை ஒவ்வொரு மடக்காகச்
சுவைத்துக்கொண்டிருக்கிறார்

அம்மாவின் கையில் கட்டியிருக்கும் கடிகாரம்
    அப்பாவினுடையது
ஆறு மாதத்திற்கு முன் இறந்து போனவரின் எச்சம் அது
அதில் முள் ஒருவிநாடி நகரும்போது, எதிர்காலம்
எல்லாமும் நகர்ந்துவிடுகிறது
அம்மா பதற்றத்தோடு பேசுகிறாள்

சில ஆவணங்களையும் சான்றிதழ்களையும்
காட்டுவதற்கு, பாலிதீன் பையிலிருந்து
அவற்றை எடுக்கிறாள்.
வழக்கம் போல் அவை நழுவித்
தரையில் விழுகின்றன.
அம்மாவின் வலது பக்கம் யாருமில்லை

அசையாத நிஜம்

நீ சொன்ன இடத்தில் காத்திருந்தேன்
தொலைவில் யார் வந்தாலும் நீயே போலத் தெரிகிறது
ஆண்கள் கூட நீயே போல வருகிறார்கள், போகிறார்கள்.
எல்லாப் பெண்களுக்கும் முகம் எப்படியோ
ஒரே மாதிரி இருக்கிறது.
நீ வரவில்லை,
என் கண்களில்
மிதக்கின்றன,
சாலைமரங்களின் அசைந்துகொண்டிருக்கும்
இலைகளும், அவற்றின்
அசையாத நிறமும்.
திடீரென்று மாலை விளக்குகள் எரியத்
தொடங்குகின்றன
துரியநிலையில் இருப்பது போல் இருக்கும்
காக்கிநிற டப்பா ஒன்றை
ஒரு சிறுவன் எற்றிவிட்டுப் போகிறான்.
பசியோடும் கால் வலியோடும்
திரும்பத் தொடங்குகிறேன்
இப்படி எல்லாம் நடக்கும்தானே.

முதல் நாள்

நகரில்
மின்வெட்டு வேளை
அப்படி ஒரு கும்மிருட்டு
ஊழிக்காலத்தின் இரண்டாம் நாள்
போல இருக்கிறது
எங்கோ
திசை கணிக்க முடியாத
கருந்ததும்பலில்
முரட்டு லாரி ஒன்று
இரைச்சலிட்டபடி,
வருகிறது போகிறது.
பிரபஞ்சம் விழித்தெழுந்த
இரண்டாம் நாள்
போலவும் இருக்கிறது,
முதல் நாள்
நாளை வரும் போல

▲

மீன் - 2

சைவ உணவுக்காரி அவள்
அசைவம் உண்ணும் இரண்டு தோழிகள்
அவளைப் பார்க்க
வீட்டிற்கு வந்தனர்
யாரைப் பார்த்தாலும் பேசுவாள் ஒருத்தி, எப்போதும்
விபரீதச் செய்திகளையே கொண்டு வருவாள்
இன்னொருத்தி.
டைனிங் டேபிளில் அமர்ந்து
பேசத் தொடங்கினர்
மீனைப் பற்றி பேச்சு வந்தது
எந்த மீன் எந்த நோய்க்கு நல்லது என்று
சொல்லத் தொடங்கினர். சில நிமிடங்களில்
ஏகப்பட்ட மீன்களின் பெயரைக் கூறிக்கொண்டிருந்தனர்
அவளோ
ஓரக்கண்ணால் அடுப்பில் காயும்
பாலைப் பார்த்தபடி கேட்டுக்கொண்டிருந்தாள்.
அவளது மெல்லிய குரல் கடலுக்குள்ளிருந்து உம்
கொட்டியது
மெல்ல நடந்து
அடுப்பு மேஜையருகே
ஒயிலாகச் சாய்ந்து நின்றாள்.
அப்போது அவள்
மிகவும் அழகாக இருந்தாள்.

சில வார்த்தைகளை

சில வார்த்தைகளைச் சொல்ல விரும்புவதில்லை நான்
ஆனால் தண்ணீருக்கு அடியில் இருக்கும்
கற்களைப்போல
இரண்டு இடத்தில் கிடக்கின்றன அவை
அசையாவிட்டாலும், அவை அசைவற்று
மாற்றிவிடுகின்றன நீரோட்டத்தை
தண்ணீருக்கு அடியில் இருக்கும் கற்களின்
சூரியன் வேறு
அவற்றின்மேல் பறவைகள் வந்து அமர்வதில்லை
எனினும்
கடற்கன்னிகள் ஓரங்களைப் பற்றியபடி ஒய்யாரமாய்
சாய்ந்திருக்க வருகிறார்கள்.
முதன்முதலாக எரிமலைகள் தீண்டுவது
நான் சொல்ல விரும்பாத வார்த்தைகளைத்தான்
தண்ணீருக்கு அடியில் கிடக்கும் பாறைகள் மக்குகள்
அல்ல
மெல்லவே தம் கூர்மைகளை இழக்கின்றன
மெல்லமெல்ல கூழாங்கல் ஆகின்றன
குழந்தை ஒன்று கைக்குள் மறைத்து வைத்திருக்கும்
இனிப்பு மிட்டாய் போல
தன் விரல்கள் மூடி
பாதுகாக்கத் தொடங்குகின்றன
நீரோட்டத்தின் ரகசியங்களை
நம்
கண்வழியே பாய்ந்தபடி செல்லும் என்றுமுள்ள
நீரோட்டத்தின் ரகசியங்களை

நீலநிற பலூன்

இந்த நீலநிற பலூன் மலரினும்
மெலிதாக இருக்கிறது, எனினும்
யாராவது பூமியைவிட கனமானது
எது என்று கேட்டால், பலூனைச் சொல்வேன்

நீங்களாவது கூறுங்களேன், இந்த
நாற்பது வயதில் ஒரு பலூனை
எப்படிக் கையில் வைத்திருப்பது என்று........
பலூனை விரல்களில் வைத்திருப்பது என்பது

காற்றைக் கையில் வைத்திருப்பது போல் இருக்கிறது.
பலூன்கள் கொஞ்சநேரமே இருக்கின்றன.
எனினும் சிறுவர்கள், கொஞ்சத்தை ரொம்ப நேரம்
பார்த்துவிடுகிறார்கள்

அருகிலிருக்கும் குழந்தையின் பலூன் ஒன்று
என்னை உரசியபடி வருகிறது, நான்
கொஞ்சம் கொஞ்சமாக பலூன் ஆகிக்கொண்டிருக்கிறேன்.

புது இடம்

தொலைபேசியில் சொன்னான்:
ரயில்வே நிலையத்திற்கு
முன் இருப்பேன் என்று
கறுப்புநிற நாயின் அருகில்
நிற்பேன் என்று
வேகமாய்ப் பயணித்து
ரயில்வே நிலையத்தை அடைந்தேன்.
நல்லவேளை, தொலைவிலிருந்து பார்க்கையிலேயே
தெரிந்துவிட்டான். கூட்டமான கூட்டம்.
கறுப்புநிற நாய் எங்கே?
நாய் இல்லாத இப்புது இடத்திற்கு
எப்போது வந்தான் அவன்.
இப்புதிய இடத்திற்கு வந்ததை
சொல்லவே இல்லையே அவன் - என்
இனிய சோம்பேறி நண்பன்

மொழி - 1

எனக்கு சிரிப்புத் தாங்கவில்லை
கொண்டாட்டமாக இருக்கிறது
இந்த நிமிஷம் நான்
உயிரோடு இருக்கிறேன்
கண்கள் இல்லாமல் கண்களால் பார்க்கிறேன்
எல்லாத் தேர்வுகளிலும் தோற்றுக்கொண்டிருக்கிறேன்
முகத்தைத் திருப்பிக்கொள்கிறேன்
முகத்தைத் தொங்கப் போடுகிறேன்
முகத்தை எங்கே வைப்பது என்று
தெரியாமல் திணறுகிறேன்
வழியில்
விபத்துக்குள்ளான வாகனம் ஒன்றின்
இரும்புச் சிதறல்கள் அதில்
நேற்றைய மழை தேங்கியிருந்தது
ஆனால் நான்
தனியாக இல்லை நல்ல வேளை
என் எண்ணங்கள் எப்போதும்
கூட இருக்கின்றன
ஏனோ
சிரிப்புத் தாங்கவில்லை
என் சிரிப்பு
யாருடைய மொழி

சட்டை

ஒரு சட்டையை சமையல் செய்வது எப்படி?
அதற்குக் கைகள் தரவேண்டும் முக்கியமாக
தலை நிற்பதற்கு ஒரு வெட்டவெளி வேண்டும்
முதலில் மேஜையைப் பொடிப்பொடியாக நறுக்கி வை
பிறகு மெல்ல குவியும் சாலைக்குப்பைகள் மேல்
கொஞ்சம் செய்தித்தாளைக் கிழித்துப்போடு
ஒரு சினிமாவுக்குச் சென்றுவா
அடித்துக்கொண்டிருக்கும் தொலைபேசியை எடுக்காதே
அதில் கொஞ்சம் எழுத்து ஊற்று
சில முகமூடிகளைக் கொஞ்சநேரம் ஊறவை
தொலைக்காட்சியில் கேட்கும் அரசியல் வசனங்களை
லேசாக வதக்கி வைத்துக்கொள்
1947-ஆம் வருடத்தையோ, அது
கிடைக்கவில்லை என்றால், சற்று முன்பின்
வருடங்களையோ
தண்ணீர்விட்டு, இறுக்கமாய் உருண்டைபோடு
அதில் கைகள் இருந்த இடத்தில்
தலையை வை
தலை இருந்த இடத்தில் கைகளை மாற்றி அடுக்கு
ஒரு பென்சிலைக் கொதிக்க வைத்து
தொலைபேசி ஒலிகள் மேல் தூவு
பிறகு, வாசலுக்குச் சென்று
யாரிடம் எல்லாச் சாவிகளும் இருக்கின்றன
என்று கத்து
வீட்டுக்குள் நுழைந்து
நீ சமையல் செய்த
சட்டையைக் குளிர்சாதனப்
பெட்டியில் வை.
உன் கடிகாரத்தைப் பார்த்தபடி,
பட்டினி கிட.

கதையும் கணிதமும்

என் கதைகள் அனைத்தும் காலி ஆகிவிட்டன
கணிதத்தின் மெல்லிய இலைகள்
தன் வாசனையுடன் என் விரல்களை
உரசுகின்றன
கடினங்களை மிருதுவாக்கும்
சமையலறைக் கணிதங்கள்
தொலைவிலிருந்து அகவும்
மயில்களைப்போல் அகவுகின்றன
திடீரென்று
சரசர ஓசைகேட்டு
தொலைக்காட்சியிலிருந்து விடுபட்டு
வேகமாய் ஓடுகிறேன்
அதற்குள் பால் பொங்கி
அடுப்பு மேட்டில்
வழிந்துவிடுகிறது
அதன் வெண்ணிற வெளிச்சம்
ஒரு கேலிப்புன்னகையோடு
ஆரம்பிக்கிறது
"முன்னொரு காலத்தில்"
என்று ஒரு கதையை

பார்க்கும் போதெல்லாம்

கடற்கரையைப் பார்க்கும்போதெல்லாம்
நான் ஏன் ஒரு மீனைக் கற்பனை செய்துகொள்கிறேன்
மீன் ஓவியங்களைப் பார்க்கும்போது தண்ணீரை
தண்ணீரைப் பார்க்கும்போது காதலியை
காதலியைப் பார்க்கும்போது குற்ற உணர்ச்சியை
குற்ற உணர்ச்சியைப் பார்க்கும்போது தூய்மையான
   வெண்மலரை
மலர்களைப் பார்க்கும்போது சைன எழுத்துக்களை
எழுத்துக்களைப் பார்க்கும்போது பெரும் தொலைவை
தொலைவைப் பார்க்கும்போது பால்யத்தை
சிறுவர்களைப் பார்க்கும்போது தொட்டிலை
தொட்டிலைப் பார்க்கும்போது பௌதிக
சோதனைச்சாலைகளை
சோதனைச்சாலைகளைப் பார்க்கும்போது
காந்தமுள்ளை
காந்தமுள்ளைப் பார்க்கும்போது இரும்பை
இரும்பைப் பார்க்கும்போது ஆதிமனிதனை
தொலைக்காட்சிகளில் அவனைப் பார்க்கும்போது
மின்வெட்டை
மின்வெட்டைப் பார்க்கும்போது அரசாங்கத்தை
அரசாளர்களைப் பார்க்கும்போது ஓட்டுப்பெட்டியை
ஓட்டுப்பெட்டியைப் பார்க்கும்போது
சிறைச்சாலைகளை சிறைச்சாலைச் சுவர்களைப்
பார்க்கும்போது
சுதந்திரத்தை சுதந்திரத்தைப் பார்க்கும்போது உன்னை
உன்னைப் பார்க்கும்போது கடற்கரையை

லோயா தீவு

லோயா தீவில் எரிமலை புகைந்துகொண்டிருக்கிறது
சமீபகாலமாய் புகையத் தொடங்கிவிட்டதாய்
ராணுவ அதிகாரிகள் கூறுகின்றார்கள்
அந்த லோயா தீவு
பற்கள் நகங்கள் தவிர மற்ற
எல்லா இடங்களிலும்
மிருதுவாக இருக்கும்
தெருநாயிடமிருந்து தென்கிழக்காகவும்,
சாலையில்
வீறிட்டு அலறியபடி செல்லும்
ஆம்புலன்ஸின்
நிழலுக்கு மேற்காகவும்,
வெவ்வேறு காலை நேரங்களில்
வெவ்வேறு ஊர்களில்
பறந்துகொண்டிருக்கும்
காகங்களுக்கு நடுவிலும்,
சரியாக வாரப்படாத தலையோடு
பூக்கடை வாசலில் நிற்கும்
பெண்ணிடமிருந்து
கூப்பிடு தொலைவிலும்
இருப்பதாகக் கூறுகிறார்கள்
இன்று காலை
இதற்கு மேல்
போகமுடியாது என்றும்
கூறுகிறார்கள்.
மேலும் அங்கிருந்து
வீசும் ஹேம்ஸ்
என்னும் காற்றில்,
லோயாமலர்களின் வாசனையும்
கலந்திருக்கிறதாம்.

இரண்டாவது எதிரொலி

எப்பவாவது மலைகளுக்குச் செல்வேன்
உச்சியில் நின்று
பள்ளத்தாக்குகளைப் பார்த்தபடி
எல்லோரையும் போலக் கத்துவேன்
முதல் எதிரொலி என் குரல் போலவே இருக்கும்
நான் பேசாமல் - யாரோ -
நானாகப் பேசுவது
வேடிக்கையாக இருக்கும்,
ஆனாலும்
இரண்டாவது எதிரொலி உடனே வந்துவிடும்.
அப்போது
நானே -
வேறுயாராகவோ - பேசுவது
பயமாக இருக்கும்.
பயத்தில் மெல்ல மௌனம் கூடும்
பள்ளத்தாக்குகளில் நிறைந்திருக்கும் மௌனம்
கோடானுகோடி வருடங்களாக என்முன் பேசியபடி
 சென்றவர்களின்
குரல்கள் என்று
தெரியவரும்.
எனவேதான் யோசிக்கிறேன்,
மலையை நோக்கி
என் காதலியின் பெயரை உரக்கக் கூவ,
ஆனாலும் கூவிவிடுகிறேன்,
கூவிவிட்டுத்
திடுக்கிடுகிறேன்
இரண்டாவது எதிரொலியும்
அதை
உச்சரித்துவிடுகிறது.

ஊர்

பஸ்ஸில்
எப்போதெல்லாம்
ஜன்னல் ஓரச் சீட்டு கிடைக்கிறதோ
அப்போதெல்லாம் பயணம் செய்கிறேன், நான்
மரத்திற்கு மரம் தாவி, மேகச்சரிவுகளில் நுழைந்து
வெளியேறி
பறக்கும் காகத்திடமும் கழுகிடமும் பாதை வாங்கி
எதிர்ப்புறம் செல்லும் வாகனங்களில் ஏறி ஏறி
ஒருநாள்,
பவுர்ணமிக்கு இரண்டு நாள் முன்னதாகவோ
பின்னதாகவோ
நிலவின் மேலேறி ஊருக்கு வந்தேன்
வாசலைத் திறந்து வீட்டுக்குள் நுழைந்தேன்
கொடியில் என் சட்டைகள் காய்ந்துகொண்டிருந்தன.
எனக்கான தபால்கள் சிதறிக் கிடந்தன
ஆனால்
ஊர் மட்டும்
என் ஊராக இல்லை. அதுவும்
ஏறிய ஊரிலேயே
இறங்கியதற்கு
காசுவேறு கொடுத்திருக்கிறேன் நான்

யாரைப் பார்த்தாலும்

யாரைப் பார்த்தாலும் குழந்தையின் சத்தம் கேட்கிறது
ஒவ்வொரு குழந்தையிடமும் அவர்களுக்கான
கண்ணீர்த்துளிகள் வழிகின்றன
கண்ணீர்வலிகள் குறுக்கும் நெடுக்குமாய்
எல்லைக்கோடுகளாய் ஓடுகின்றன
எல்லை ஓரங்களில் விறைப்பாய் நிற்கிறது
'இது பொதுப்பாதை அல்ல' என்ற நோட்டீஸ் போர்டு
விறைப்பின் கூர்மையில் அவ்வார்த்தைகள்
கொடிகட்டிப் பறக்கின்றன.
வார்த்தைகள் மூடுகின்றன ஊற்றை
வார்த்தைகள் தடுக்கின்றன காற்றை
வார்த்தைகள் மறைக்கின்றன தழலை
வார்த்தைகள் பறிக்கின்றன காலடிமண்ணை
மண்ணில் கிடக்கும் யாரைப் பார்த்தாலும்
குழந்தையின் சத்தம் கேட்கிறது
குத்துப்பட்டோ
குடித்துவிட்டோ
தோற்றுப்போயோ
கனவு காணவோ
எதெதற்கோ
எப்போதும் தரையில் கிடக்கிறார்கள்
ஏகப்பட்ட பேர்.
எப்போதும் நீ பார்க்க
எங்கெங்கோ சரியத் தொடங்கும்
ஏகப்பட்ட பேரில்
நானும் ஒருவன்

பாறைகள்

நண்பகலோ நள்ளிரவோ பாறைகள்
எப்போதும் மாலை நேரத்திலேயே இருக்கின்றன
பாறைகளின் நிசப்தமும், அவை
உரசிக்கொள்ளும் போது தோன்றும்
பொறிகளின் நிசப்தமும் ஒன்று போல இல்லை,
ஒரு சிறு கூழாங்கல்லின் நிசப்தமும், பெரும்
மலையின் நிசப்தமும் வேறுவேறாகவும் இல்லை
மாலை நேரம் யாருக்கானதோ அவர்களுக்கு
ஆனது பாறைகள்
மாலைநேரத்தில், பொதுவாக வீடு திரும்பிவிடுகிறார்கள்
பெரும்பாலானோர்,
ஆனால்
வீடு இல்லாதவர்களுக்கு
பாறைகள் வீடாக மாறுகின்றன.
அவர்கள்
வாகனங்களில் பயணிக்கையில்
ஜன்னல் வழியே தெரிகின்றன பாறைகள்,
பாறைகளில் அமர்ந்தபடி
ஆடுகளை மேய்த்துக்கொண்டிருக்கிறாள்
நீலநிற ஆடையணிந்த ஒரு பெண்,
அவள்,
அசைவும் அசைவின்மையும்
ஒருங்கே இருக்கும்
அதிசயத்தை
அவர்களுக்கு
அபிநயித்துக் காட்டுகிறாள்,
அப்புறம்
அவர்கள் ஒரு போதும்
அவளை மறப்பதில்லை .

▲

பாலபாடம்

இன்னுமா குளிக்கிறாய் என்று
கத்துகிறாய்
குளியலறைக் கண்ணீர்கள்
குளியலறைப் பாடல்கள்
குளியலறை முணுமுணுப்புகள்
குளியலறைக் காமங்கள்
வனப்பூச்சிகள் போல் என்னைச் சூழப் பறக்கின்றன.
ஒருதுளி தண்ணீர், ஒரு
சின்னஞ்சிறு அறையாகிறது
குளியலறையில் குப்புறக்கிடக்கும்
கண்ணாடிபோல சதா
தெரிந்துகொண்டிருக்கிறேன் நான்
என் கோபங்களை நீரின் ஓசையில் ஒளித்து வைக்கிறேன்
என் பாடல்களை நீருக்கு ஓசையாக்குகிறேன்
நீரோசைகளைக் கேட்டபடி, நீ
வெளியே காத்திருக்கிறாய்
உன்னைப் பார்த்து முறுவலிக்கிறேன்.
என் இடத்திற்கு நீயும்
உன் இடத்திற்கு நானும்
மாறுகிறோம்
ஒரு இடத்தை, இன்னொரு இடத்திற்கு
எடுத்துச் செல்லும் பாலபாடத்தை
தண்ணீர் எனக்குக்
கொஞ்சம் கொஞ்சமாக
கற்றுத் தந்து
விட்டது

ஜெல்லி மீனே ஜெல்லி மீனே

என் கண்களை நழுவ விடுகிறேன்
என் காதுகளை உதிர்க்கிறேன்
மறையச் செய்கிறேன் என் நாசியை
இப்போது
மிஞ்சி நிற்கிறேன்
வாயும் வயிறுமாய்
மெல்ல நகர்ந்து கடலுக்கடியில் செல்கிறேன்
காத்துக் கிடக்கிறேன்
மாலைச்சிறுவர்கள் வருவார்கள் என
என்னை உள்ளங்கையில் ஏந்தி
ஜெல்லி மீன் ஜெல்லி மீன் என்று கத்துவார்கள் என
அப்போது அவர்களிடமிருந்து
விரல்களைப் பரிசுபெறுவேன்
கண்களை வாங்கிக்கொள்வேன்
நாசியைப் பெற்றுக்கொள்வேன்.
கூடவே கூடவே
நானும்
விளையாடத் தொடங்குவேன்:
ஜெல்லி மீனே ஜெல்லி மீனே என்று.

வீடு

தெருவில்
பழைய ஆட்கள் எல்லாம் வீடுகளைக்
காலி செய்துவிட்டுப் போகிறார்கள்
தொலைவு முகங்களும்
விநோத ஆடை நிறங்களுமாக
குடிவருகிறார்கள்,
பரிச்சயமற்றவர்கள்.
எனினும்
கொல்லையில் துளசிச் செடியிடம் பேசுபவர்களும்
கண்ணாடித் தனிமையில் முணுமுணுப்பவர்களும்
சமையலறைப் பாத்திரங்களிடம் கோபிப்பவர்களும்
அடையாள அட்டையை ஒப்பிப்பவர்களும், எங்கோ
ஒளிந்துகொண்ட சாவிகளை சவால்விடுபவர்களும்
மற்றும்
திறக்க வராத சைக்கிள் பூட்டைத் திட்டுபவர்கள் யாரும்
வீடுகளைக் காலிசெய்து விட்டுப் போகவில்லை
அங்கங்கு அவர்கள் விட்டுச் சென்ற
சுவடுகளையும்

கோமாளிகள்

குழந்தையின் இருமல் போல்
துக்கம் தருவது வேறு எதுவும் இல்லை
அப்போது நம் உணவின்
ருசி மாறிவிடுகிறது
கைகளில் சதா தங்கியிருக்கும்
அடையாள அட்டைகள், சாவிகள்
ஆவியாகிவிடுகின்றன
இருமல் சத்தம்
பிரபஞ்சத்தின் வெளிப்பிரகாரத்திற்கு
உங்களைக் கூட்டிச் செல்கிறது.
அங்கு யாருமில்லை
குளிரும் வெயிலில்
உயரமான மருதமரமும்
அதன்மேல் பரபரவென்று
அலைந்துகொண்டிருக்கும் பச்சைக்கிளிகள் மட்டுமே
உங்கள் விரல்கள்
கவனமுடன்
குழந்தையின் நெஞ்சு நோக்கி நகர்கின்றன
கோமாளியைப் போல,
அவை,
பிஞ்சு இதயத்துடன் பேசத் தொடங்குகின்றன;
குழந்தை நாளை பார்க்கப்போகும்
சர்க்கஸ் கோமாளிகளைப் போல

அடி

முப்பது வருடங்கள் கழித்து அடி வாங்கினேன்
அடியும் மாறவில்லை
வலியும் மாறவில்லை
பள்ளியில் வாங்கிய அடி,
திரைப்பட அரங்கில்,
மதுபானக் கூடத்தில்,
மறியல் போராட்டத்தில்
வாங்கிய அடி
ஓசையும் மாறவில்லை.
வேகமும் மாறவில்லை.
முப்பது வருடங்கள் வரவும் இல்லை
போகவும் இல்லை
அடி வேகத்தின் தீ குறையவும் இல்லை
அவன் என்னை அடித்தபோது, என் முகத்தில்
முளைத்தன இரண்டு கைகள்
என் இந்த இரண்டு கைகள் போதும், அவனைத்
திருப்பி அடிக்க

புகையிலைப் பொட்டலம்

உலகிலிருந்து
ஒரே ஒரு
புகையிலைப் பொட்டலம்
மட்டும்
திருடுவேன்
மற்றபடி, கறுப்புச் சட்டைக்காரன் நான்
காவலுக்குக் கெட்டிக்காரன்
உன் பொருட்களைப்
பாதுகாப்பேன்
சூரியனைப்போல

ஓணான்

வீட்டின்
முன்கதவு இரும்புக் கிராதியில்
செங்குத்தாய் படிந்து
நின்று கொண்டிருந்தது, ஓணான் ஒன்று
மெல்லவே கதவு திறந்து
வீட்டினுள் நுழைந்து
தூங்கிவிட்டேன்
காலை எழுந்து
கதவை நெருங்குகையில்
அங்கேயே அச்சு
அசைவற்று
நின்றுகொண்டிருந்தது
ஓணான்.
நான் இப்போது சிறுபையன் இல்லை
ஓணானைக் கல்லால் அடிக்கும்
வயதையும் கடந்துவிட்டேன்
ராமருக்கு சிறுநீர்ப்பானம் கொடுத்த அதன்மேல் கோபமும்
போய்விட்டது.
என் வீட்டிற்குள் இருக்கும்
பக்கத்து வீட்டை
யாரோ திறக்கிற
சத்தம் கேட்கிறது,
அது ரொம்பநேரம்
கேட்டுக்கொண்டிருக்கிறது.

▲

நீலவாஹினி

பத்து நீலநிற இலந்தைப் பழங்கள்
மலைச் சரிவில் உருள்கின்றன

நீலநிற மின்னல் துளிகள் என பத்து
சிறுவண்டுகள் ஒன்றோடு ஒன்று
கூட்டப் புணர்ச்சியில்
தத்தளித்துக் கொண்டிருக்கின்றன

இன்னும் யாராலும் பார்க்கப்படாத ஆழத்
திமிங்கலங்களின்
கனைப்புகளில்
கடல் திடுக்கிடுகிறது. நீலநிற அன்பு
விரிகிறது

இத்தனைக்குப் பின்
ரயில்வே நிலையத்தில்
தன் மெல்லிய விரல்களில்
நீலநிற நகப்பூச்சு அணிந்த வாலைப்பெண்
தோழிகளிடம் விடைபெற்றுச்
செல்கிறாள்

என்னைப் பார்க்கவும் இல்லை, விடை தரவும்
இல்லை, அந்த
நீலவாஹினி

தேநீர்த் தோழி

கிளிங் என்று
கீழே விழுந்து
உடைகிறது கண்ணாடி டம்ளர்
    அழகிய இளம்பெண் துறவியைப் போல
    இருந்த அது
    அல்லும் சில்லுமாய்
    உடைந்தாலும்
ஒவ்வொரு துண்டாய்
    சுத்தம் பண்ணுகையில்
    விரல்கீறி
    குருதி கொப்புளிக்கும் என்றாலும்
நீர்மையின் அந்தரங்க ரகசியத்தைப்
    போட்டு உடைத்துவிட்டது என்றாலும்
இனிமையாகவே இருக்கிறது
ளிங் ஒலி.
ஏனோ நினைவிற்கு வருகிறாள்
என் தேநீர்த்தோழி

வித்தியாசம்

இலைகள் மலர்கள்
ஒருசில மணிநேரத்தில் வித்தியாசமாகிவிடுகின்றன
நீயும் நானும்
சில வருடங்களில்
அதற்குள்
ஒருவருக்கொருவர் அடையாளம் தெரியாமல்
போய்விடுகிறோம்
அடையாளம் தெரியாமல் போகும்
அடையாளத்தில் ஒருவருக்கொருவர்
முகமன் கூறிக்கொள்கிறோம்.
நமது புன்னகைகளும் கைகுலுக்கல்களும்
குருடர்கள் இல்லைபோலும், எப்படியோ
அவற்றிற்கு
எப்போதும்
அடையாளம் தெரிந்தேவிடுகிறது

ரகசியக் கல்

சாலையில் நட்டநடுவில் கிடக்கிறது ரகசியக் கல்
ரவுண்டானாவுக்கு அருகில், வெண்சீருடை
அணிந்த போலீஸ்காரன் ஒருவன்
அதன்மேல் காலைவைத்தபடி நிற்கிறான்.
பிறகு எடுத்துக்கொள்கிறான்
சாயங்காலத்தின் மெல்லிய வலியால்
தன் இதயம் எங்கும்
நிறைந்திருக்கிறது அது.
நகரில்
பொய்யான பெயரோடு
பொய்யான ஜாதிசொல்லி
பொய்யான ஊர்சொல்லி
பொய்யான தொழிலைக் கூறி -
குறுக்குத் தெருக்களில்
திரிந்துகொண்டிருக்கிறேன்
என் கண்கள் ஒவ்வொரு நாளும், ஓரிரு முறையாவது
அந்தக் கல்லைப் பார்த்திருக்கின்றன
ஒரு பெயரும் குறிக்கப்பட வில்லை அச்
சிறு கல்லில்
அதன்
தாங்க முடியாத ரகஸ்யத்தில்
எப்போது வேண்டுமானாலும் எனக்கு
மாரடைப்பு வந்துவிடக்கூடும்.
எனினும்
எப்போவாவது
காற்றில்
லேசாகவும் ஜாலியாகவும்
ஆடத் தொடங்கிவிடுகிறது அது
ஒரு சின்ன பலூனைப்போல
பெருங்காற்றை
ரகஸ்யமாய் வைத்திருக்கும்
சின்னஞ்சிறு பலூனைப் போல

கனவு

அலைபேசியில்
குறுஞ்செய்தி அனுப்பியிருந்தாய்
நேற்று என்னை உன் கனவில்
கண்டதாய். ஒரு
மரத்தின் பின்னிருந்து வந்ததாய்
கூச்சமாய் இருக்கிறது,
என் அந்தரங்கத்தை நீ பார்த்துவிட்டாயோ என்று.
ஆச்சர்யமாகவும் இருக்கிறது
நான் எவ்வளவு அந்தரங்கமாய் இருக்கிறேன் என்று
மரங்கள் தாம் எவ்வளவு அந்தரங்கமாய் இருக்கின்றன
மேலும் அவை
இருக்கும் போது இல்லாதது போலவே
இருக்கின்றன
அதனால்தான் அவை உடைந்து உடைந்து வீழ்ந்தாலும்
ஏதும் குறைந்து போனதாகத் தெரியவில்லை
உன் கனவில் நான்
சைக்கிளில் வந்ததாய்ச் சொல்கிறாய். ஆனால்
எனக்கு சைக்கிள் ஓட்டத் தெரியாதே

அடர் இரவு

எந்த ஊரிலிருந்து
எந்த ஊருக்குப் போனால் என்ன,
இரவுப் பயணம் ஒரே மாதிரியாகவே இருக்கிறது
வழிகளில்
காவல்துறை அதிகாரிகள்
உன் ஆவணங்களை
சரி பார்க்கிறார்கள்
அவர்கள்
அடர் இரவுக்குள் கொண்டுவரப்
பார்க்கிறார்கள் உலகத்தை.
இரவு அதை வாங்கிக்கொள்ள மாட்டேன்
என்கிறது
திங்கள்கிழமை திமிறும் நட்சத்திரங்கள்
திங்கள்கிழமையில் இல்லை.

என் அறை

தொலைவில் என் அறை தூங்கிக்கொண்டிருக்கிறது
சிறு நகரில்
தவளைகள் வெளியேறும் புறநகரில் அதற்குத்
துணையிருக்கிறது
விடிவிளக்கு ஒன்று. இங்கே
கதவுகள் உடைந்த ஜன்னல் வழியே
இருளும் குளிரும் பாயும்
ரயிலில்,
கால்கள் உளைய நின்றுகொண்டிருக்கிறேன்.
என் தோளில் சாய்ந்தபடி
முனகிக்கொண்டு வருகிறான் சற்றுமுன்
நடந்த கைகலப்பில் அடிபட்ட ஒருவன்.
நெருக்கடி வண்டியில்
யாரும் பேசவில்லை
யாரும் பேசாமலும் இல்லை. ரயிலுக்குள் ஏறிவிட
ரத்தம் ஒழுக அவனை அடித்தவன், கால்மாற்றி
கால்மாற்றிப்
புகைபிடித்துக்கொண்டிருக்கிறான்
தொலைவில் என் அறை தூங்கிக்கொண்டிருக்கிறது
அங்கு
மூடிய கதவு வழியே விழுந்துவிட்ட
ரத்தத்தைத் துடைத்த தாள்
தூங்கவும் இல்லை
தூங்காமலும் இல்லை

ஆரம்பம்

உன்னைப் பார்க்கும்போதெல்லாம்
என்னுள் எழும்
அமுத அதிர்வுகள் இப்போது இல்லை. நீ
சிறுத்துத் தெரிகிறாய்
ஐந்தடி மூன்று அங்குலமாக
உன்னை வழியில் சந்திக்கும் போதெல்லாம்,
சமூகப்புன்னகை
தரித்து உன்னைக் கடக்கிறேன்
காதல் என்பதின் பெரும்புதிர், என்
தலையில் உதிர்ந்து, என்
முகத்தில் இறங்கி
இதயத்தின் படுகையில் சென்று
ஓய்ந்துவிட்டது
எனக்குக் கொடுப்பதற்கு, உன்னிடம் ஏதும் இல்லை
உனக்குத் தருவதற்கு, என்னிடமும் எதுவும் இல்லை
இனி நாம்
எதிலிருந்து மீண்டும் ஆரம்பிக்கலாம்

மொழி - 2

நாம் சந்திக்கிறோம்
உரையாடுகிறோம்
நீ விடைபெற்றுச் சென்றதும்
ஒரு டினோசாராய் மாறிவிடுகிறேன் நான். நீ
திரும்ப வரும்போது ஒரு
டினோசார் உன் நண்பனாய் இருப்பதை
விரும்புவாயோ, மாட்டாயோ
அல்லது
விரும்புவாயோ
எனினும்
உன் விரல் ஓரங்களை ஈரப்படுத்தும்
தூய்மையான நீராய்
மாறிக்கொள்கிறேன்
இப்போது, உன்னிடம் நான்
பேசிக்கொண்டிருப்பதெல்லாம்
ஒரு டினோசார்
தண்ணீரில் நடந்து செல்லும் ஓசைகளைத்தான்
வேறு மொழி
என்னிடம் இல்லை

நீளம்

நகவெட்டி எளிமையாய் இருக்கிறது
அது அடிக்கடி தொலைந்துவிடுகிறது
என் வீட்டில் நகவெட்டிக்கு என்று
ஒரு இடம் குறித்து வைத்திருந்தேன்
ஆனால்
ஏன் ஒரு போதும் அது
அங்கு இருப்பதில்லை
ஆனால்
புத்தகக் குவியல்கள் கீழே இருந்தோ
தொலைபேசியின் இடது ஓரத்திலோ
பேரற்புதம் போல் அது
வெளியில் வரும். எப்போதும்
பேரற்புதம் போலத்தான்
நாற்காலிக்குக் கீழ்
தலை இடிக்காமல்
நகவெட்டியை எடுக்கும்போது,
எனக்கு ஆச்சரியமாக இருக்கிறது
என் கை எவ்வளவு நீளம் என்று.
என் கண்கள் ஒரு போதும்
அறிய முடியாத நீளம் என்று.

அடையாளம்

விடுமுறைக் குழந்தைகள்
நிலைவாசலுக்கும் அடுப்படிக்குமாக
அலையத் தொடங்குகிறார்கள். அம்மாவுடன்
உறவினர் வீடுகளுக்கு மௌனமாய்ப்
போகிறார்கள் அங்கு
தொலைக்காட்சியின் ஓரத்தில்
அமர்ந்திருக்கும்
மூளை வளர்ச்சி குன்றிய சகோதர உறவுக்காரனை
விழி மருண்டு பார்க்கிறார்கள்
அப்பா அம்மா விளையாட்டு விளையாடுகிறார்கள்
அது விளையாட்டாக இல்லாமல் இருப்பது கண்டு
நோவு கொள்கிறார்கள்
விடுமுறை நாட்களில் அவர்களது வீடு
சிறியதாகிறது. சில நாட்கள்,
அது வெகுதூரம் நீண்டு, பழச்சாறு
போல ஓடுகிறது
அவர்கள் ஒரு நாளில், ஒரு நூற்றாண்டு
வளர்ந்துவிடுகிறார்கள்
பள்ளிக்குத் திரும்புகையில்
ஆசிரியர்கள் அவர்களை அதிசயிக்கிறார்கள்
அடையாளம் தெரியாமல்
ஆசிரியர்களை அவர்கள் அதிசயிக்கிறார்கள்
அடையாளம் தெரிந்து.

அமரர் ஊர்தி விரைவாகச் செல்கிறது

கறுப்பு நிற
அமரர் ஊர்தி
அதைப் பார்த்த
ஒவ்வொருவரும்
ஒரு விநாடி
இறந்து மறுவிநாடி
உயிர்த்தெழுகின்றனர்
உயிர்த்தெழுந்தவர்களில் ஒருவன்
கணினியில் தன் வேலையைத் தொடர்கிறான்.
தன் கடவுச்சொல்லை ஒரு விதையெனத் தூவுகிறான். இனி அவனால் ஒருபோதும் தொலைய முடியாது. மேலும் அவனை
யாரும் கண்டுபிடிக்கவும் முடியாது
சரியாகப் பராமரிக்கப்படாத அவ்வண்டியில்
பின்கதவு லேசாகத் திறந்து திறந்து மூடுகிறது
சக்கரங்கள் உருண்டோடி
மரணத்தை முன்னோக்கி நகர்த்துகின்றன
மேலும் அவன்
சைரன் ஒலி மறைவதைப் பார்த்தபடி
தேநீரைச் சுவைக்கத் தொடங்குகிறான்
மெதுவாக மிக மெதுவாக

திரும்பிப் பார்த்தல்

கதவு திறந்திருக்கிறது. பூட்டிக் கொள்
என்றாய்.
வாசலுக்கு வந்து
நிலைப்படியில் நின்றபடி
நீ
சென்றுகொண்டிருக்கும் திசையில் பார்க்கிறேன்
நீ ஏனோ
திரும்பிப் பார்க்க வில்லை
உன் தலை கலைய வீசும் காற்றில்
உதிர்ந்துகொண்டிருக்கும் இலைகள்
லோயா மரத்தில் அசைந்தபடி இருக்கின்றன
நீ
திரும்ப வருவாயோ, மாட்டாயோ
எங்கே குண்டு வெடித்து
சிதறப் போகிறாயோ
நீ
திரும்ப வந்தால்
என்னைப் பார்ப்பாயோ, மாட்டாயோ
எப்போ
குண்டு வெடித்து
சிந்தப் போகிறேனோ
நீ
என்னைத்
திரும்பிப் பார்த்திருக்கலாம்

கல் ஆல்

கல் ஆலில்
ஆலமரம் இல்லை. பறவைகள்
கூடு கட்டத் தோதில்லாமல்
வெளியேறுகின்றன.
கல் ஆலில்
கற்கள் இல்லை. கொத்தர்கள்
வீடு கட்ட ஏதில்லையென்று
கடந்து செல்கின்றனர்,
எனினும்
ஒவ்வொரு முறையும்
பறவைகள் கல்லில்
அமர்ந்து இளைப்பாறியும்
மனிதர்கள் ஆல்
நிழலில் களைப்பாறிவிட்டும்
செல்கின்றனர்.
எப்போதாவது
அதன் கீழ் அமர்ந்து
நாலைந்து பேர்
பேசிக்கொண்டிருக்கின்றனர்
அந்தத் தருநிழலில்
எப்போதும்
அதே நேரமாய் இருக்கிறது

என் வீடு

என் வீடு மிகச்
சிறிய வீடு ஆனாலும்
வீடு திரும்ப விரும்புகிறேன்

அங்கு
நான் எதையும்
தொலைவில் பார்ப்பதில்லை. எல்லாத் தொலைவுகளும்
என்
கால் நரம்புகள் போல் கூடவே வருகின்றன
வீட்டில் நான்
விருந்தினர்களை விழித்தெழச் செய்கிறேன்
கசங்கிய போர்வைகளை மடிக்கும்போது
பருத்தித் துணிகள்
இன்னும் கரிசல் செடியில் சிலிர்த்தபடி நிற்கின்றன

வீட்டை விட்டு வெளியேறாதவர்கள்
தங்கள் முதுவயதில்
வீட்டிற்குள்ளேயே காணாமல் போகிறார்கள்

ஒவ்வொரு வீடும் நிரந்தரச் சூரியனை
ஜன்னல் வழியே அழைக்கிறது, அதைக்
கைக்குழந்தையைப் போல் படுக்கவைத்துக்கொள்கிறது

தினமும் படியில் ஏறியதும்
பயங்கள் மறையும்
என் சிறிய வீட்டின்,
பின் கதவைத் திறந்து பார்க்கிறேன், வீட்டிற்கு
அப்பால் வேறு எதுவும் இல்லை

மூங்கில் செடி

குட்டி மூங்கில் செடி
ஃபேன் காற்றில் அசைகிறது
அறை நடுவே, வனப்பான பித்தளைப் பாத்திரத்தில்
சின்ன நீர்த்தேக்கத்தில் அமர்ந்திருக்கிறது
இறப்பதற்கு ஏதும் இல்லை என்பதை அறிந்துவிட்டதைப்
போல்
அது
தொலைக்காட்சி மற்றும்
கணினித் திரைகளைப் பார்த்தபடி
காலத்தைக் கழிக்கிறது
தன் மெல்லிய பச்சை இலைகளால், அது போவோர்
வருவோர்
யாரையும் பெயர் சொல்லி அழைப்பதில்லை
பெயரற்றவர்கள் ஆனதால் பார்க்கப்
படாதவர்களாக அலைகிறார்கள், அதைக்
கடந்து செல்பவர்கள்.
அதை
அதிர்ஷ்டச் செடி என்கிறார்கள்.
அது ஒற்றையாய்
துரதிர்ஷ்டத்தோடு போராடிக்கொண்டே
இருக்க வேண்டியிருக்கிறது
நான் ஓரத்தில் நிற்கிறேன்,
அது,
தோற்க நேரிடும்போது
கூட நிற்பதற்கு

அன்பின் எழுத்துக்கள்

எங்கு வைப்பேன் உன் அன்பின் எழுத்துக்களை
யாருக்கும் தெரியாத ரகசிய இடம் ஒன்று
வேண்டும் எனக்கு. சின்ன
குருவிக் குஞ்சை வைப்பது போல் அங்கு
உன் கடிதத்தைச் சேர்க்க விரும்புகிறேன்
எங்கு இருக்கிறது அது
எங்கும் இல்லை
என் நினைவுகளில் அது வளரட்டும் என்று
கடந்து செல்லும் அந்திக் காற்றில்
விட்டுவிடச் செல்கிறேன்
என் உடலிலிருந்து நீண்டு செல்கிறது
உன் நிழல்
வெளியே
வெளியே தெரிந்தாலும்
நிழல்கள்
ஒளிந்திருப்பதற்கு
உடலைத் தவிர வேறு இடம்
ஏது

ஊழ்

ஊழ்களின்
கத்தி வீச்சில்
கண்கிறங்கி விழுந்துகொண்டி
ருக்கும் ஆலமரம்
நீல நீரில் மிதந்தபடி செல்லும்
குரைப்பொலி
தண்ணீரில் தொடங்கி, தண்ணீரின்
புன்முறுவலைப் போல் பறந்துகொண்டிருக்கும் கொக்கு
பஸ்ஸிலிருந்து இறங்கி, தயார்நிலை
பறைவாத்தியங்களோடு
செம்மண்சாலையில்
திரும்பும் இளைஞர்கள்
தூதுவளைச் செடியின்
அருகில்
சற்றுப் பெரிய வண்ணத்துப்பூச்சி
செடியின் வயலட் பூவிலும்
பச்சை இலையிலும் சிவப்புப்
பழங்களிலும் அலையடிக்கிறது
ஒரு கருநீலப் பரபரப்பு.
சட்டென்று எனக்கு அதன்
பெயர் மறந்துவிட்டது
சட்டென்று ஆலமரத்தில்
இன்னொரு விழுது
பிறக்கிறது

என் எறும்பு

என் எறும்பு
நாளை நகருக்குச் செல்லுமா
ரயிலில் என் இருக்கையின் பின்னால்
அதுவும் அமர்ந்து வருகிறது,
அதைக் கேட்காமலேயே அதன்மேல்
விழுந்திருக்கிறது கறுப்பு நிறம்
என்மேல் விழுந்த அடையாள அட்டைகளைப் போல,
நான் எவ்வளவு முயன்றும்
என்னிடம் பரிச்சயம் கொள்ள மறுக்கிறது
அது அதிர்ஷ்டம் செய்ததா,
துரதிர்ஷ்டம் செய்ததா,
சக்கரங்களின் மேல் பயணிக்கிறது
நானோ, என் கையிலிருக்கும் சின்ன பயணச்
சீட்டில்,
அதன் சிறுசிறு எழுத்துக்களில்
என் பெட்டியிலும் சட்டைகளிலும் பத்திரப்படுத்தி
இருக்கும்
ஆவண எண்களில்
அதுவும்
என்னைப்போல் தப்பிக்கிறதா அல்லது
நகரின் மூடிய கதவுகளின் முன் நிற்கப்
போகிறதா
வாகன ஓட்டியை எறும்பைப் போல்
நானும் பார்க்கவில்லை
அருகில் இருந்த வயதான மனிதன்
அதை
நசுக்கிக் கொல்ல முயன்றான்,
கொன்றுவிட்டான்
இறந்து கிடக்கும் என் எறும்பை, தூக்கிச்
செல்ல யார் வருவார்கள்
இன்னும் சில எறும்புகள் இன்னும் சில
எறும்புகள்

நீலப்படத்தில்

நீலப்படத்தில்
ஆரத்தழுவிக்கொண்டிருக்கும்
பெண்ணின் விரல்கள், எவ்வளவு
பேரழகோடு இருக்கின்றன
பார்க்கும்போதே ஒடிந்து விழும் போல்.
அவ்வளவு மிருது
ஆண் உடலிலும்
கணினித் திரையின்
அந்தரத்திலும் அந்தக் கைகள்
பொன்னிற மணலை
சிந்துகின்றன
மெல்லிய நீண்ட, மின்னொளி விரல்
ஆடைகளைக் கடக்கும்போது
வீட்டுக்குத் திரும்பிச் செல்லும்
பாடலை முணுமுணுக்கிறது
கலவி நடுவே
கண்ணாடிக் கோப்பையை
அவளது உள்ளங்
கை
பற்றுகையில்
அரைக்கோளம்
துடிக்கத் தொடங்குகிறது
அவளது நாடித் துடிப்பில்,
கணினித் திரை எங்கும்
நான் பார்த்துக்கொண்டிருக்கும்போதே
வளைந்து வளைந்து மறைகிறது அந்தத்
தேன்நிற
மணல்பாதை

பரிசு

என் கையில் இருந்த பரிசைப்
	பிரிக்கவில்லை . பிரித்தால்
	மகிழ்ச்சி அவிழ்ந்துவிடும் போல் இருக்கிறது
என் அருகில் இருந்தவன் அவசரமாய்
	அவன் பரிசைப் பார்த்தான். பிரிக்காமல்
	மகிழ்ச்சியை எப்படி இரட்டிப்பாக்க முடியும்
பரிசு அளித்தவனோடு
	விருந்துண்ண அமர்ந்தோம்
உணவுகள் நடுவே
	கண்ணாடி டம்ளரில்
	ஒரு சொட்டு
	தண்ணீரில்
	மூழ்கியிருந்தன ஆயிரம் சொட்டுக்கள்

யாரும்

திறந்து கிடக்கும் ஃபைலின் மேல், பேனாவை
மூடி வைத்தாள். மேஜையின் இடதுபக்கம் உயர்ந்து
நிற்கும்
கோப்புகளின் தூசிகளைப் பார்த்தபடி நினைத்தாள்:
என்னிடம் யாரும் அன்பு செலுத்துவதில்லை.

எதிர்பெஞ்சில் அமர்ந்திருந்தார் பெரியவர். அவள்
கையெழுத்திட்டுத் தரப்போகும் சான்றிதழுக்காகக்
காத்திருந்தார்
ஜன்னல் வழி தெரியும் மலர்கள் அற்ற
அசோகமரத்திலிருந்து
வௌவால் ஒன்று கிறீச்சிட்டு வெளியேறுவதைப்
பார்த்தபடி
நினைத்துக்கொண்டார்:

என்னிடம் யாரும் அன்பு செலுத்துவதில்லை

ஒவ்வொரு மேஜையிலும் தேநீரை வைத்துவிட்டுச்
செல்கிறான் பையன். ஒவ்வொரு கண்ணாடி டம்ளரும்
வெவ்வேறு அளவுகளில் காலியாவதைப் பார்த்தபடி
நினைத்துக்கொள்கிறான்:

யாரும் அன்பு செலுத்துவதில்லை என்னிடம்

தப்பித்து

தப்பித்து
ஓடிக்கொண்டிருக்கிறது ஆறு
பன்னாட்டு நிறுவனங்களிடமிருந்து.
அதன் கரையோர நாணலில்
அமர்ந்திருக்கிறது
வயதான வண்ணத்துப்பூச்சி ஒன்று.
அது இன்னும் இறந்துபோகவில்லை நமது நீண்ட
திரைகளின் பின்னால்
அலைந்து திரிந்து களைத்திருக்கிறது
அதன் கண்கள் இன்னும் நம்மைப்
பார்த்துக்கொண்டிருக்கின்றன
பசியோடும்
யாருமற்ற வெறுமையோடும்.
அதைச் சுற்றி, கொண்டாடிக் கொண்டாடி
பிடிக்கவரும் குழந்தைகளும் இல்லை.
அதன் சிறகுகளில் ஒளிரும்
மஞ்சள் வெளிச்சம்
காற்றின் அலைக்கழிவை
அமைதியாய்க் கடக்கிறது
நீ
திரும்பிப் போனால், இப்போதும் அது
அங்கு
அமர்ந்திருப்பதைக்
காணலாம். உன்னால்
திரும்பிச் செல்ல முடிந்தால்

நிலா

சிறுமி கூவுகிறாள்:
நான் போகிற இடம் எல்லாம் நிலா
கூடவே வருகிறதே.
சிறுவன் கத்தினான்.
இல்லை. நிலா என்கூட வருகிறது
இருவரும் சண்டை போட்டுக்கொண்டு திருப்பத்தில்
பிரிந்தனர்.
வீட்டிற்குள் நுழைந்து, உடன்
வெளியே வந்து எட்டிப் பார்க்கிறாள்.
நிலா இருக்கிறதா?
இருக்கிறதே
அவள் சின்ன அலையைப் போல் சுருண்டாள்
அந்தச் சின்ன அலையில்
கரையத் தொடங்கியது நிலவொளி
எல்லோர் கூடவும் போன நிலா பிறகு
எங்கே போனதென்று
எல்லோருக்கும் தெரியவில்லை

மயானக் கரைக்கு

மயானக் கரைக்கு
மறுநாள் சென்றோம்
நீர் தெளித்து
எலும்புகள் ஒவ்வொன்றாய் எடுத்தோம்
இறந்தவரின் சாம்பலும், எங்கள்
நினைவுகளும்கூட
மண்கலயத்தில் நிறைந்தன.
எல்லாம் சரியாக வெந்துவிட்டதா
என்று வெட்டியானை
அதட்டினார் எண்பது வயதுப் பெரியவர்
அவர் கண்களைக் கடன் வாங்கி, நானும்
பார்க்கத் தொடங்கினேன்
சாம்பல் அடுக்குகளுக்குக் கீழ்
சுடும் எலும்புகளின் பிடியில்
எரியாமல்
இமையைத் திறந்து திறந்து மூடிக்கொண்டிருந்தது.
கைப்பிடி அளவு
பொம்மை ஒன்று
எடுக்க வேண்டாம் என்று என்னைப் பார்த்து
கண்ணசைத்தார் வெட்டியான்
நானும் எடுக்கவில்லை

கையெழுத்து

நான் வெறும் கையெழுத்துதான் போலும்
கைகூட அல்ல. அதை லேசாக ஒடித்துவிடுகிறார்கள்.

பகல் இரவு ஏதுமற்று
நின்றுகொண்டிருக்கிறேன்

நான் இறந்த பின்னும்
என் எலும்புகள், என்
கையெழுத்தை விட்டு
வெளியே வருவதில்லை

எங்கிருந்தோ பெயர் ஒன்றைக் கறந்து
அதில் ஒரு கல்லைச் சேர்த்து
ஆடாமல் அசையாமல்
புழுதி படியக் கிடக்கிறேன்.

நேற்றின் வெற்றிடங்களில்
அந்தக் கல்
தொங்கிக்கொண்டிருக்கிறது, ஒரு சிறு துளி என

பிணக்குகளையும் புதிர்களையும்
பற்றி
மௌனமாக இருக்கும் சின்னஞ்
சிறு துளி என

நான் மழையாக இருந்தால்

நான்
மழையாக இருந்தால்
ஒரு நிமிடம் நின்றுவிட்டுப் பெய்வேன்
கைக்குழந்தையை ஏந்திச் செல்லும்
மூதாட்டி
பாதுகாப்பான இடத்திற்குப்
போகட்டும் என்று
குடையாக இல்லாதது எல்லாம்
குடையாக மாறுவதை
குழந்தை பார்க்கட்டும் என்று
இருநிறத் தலைக்காரி வேகமாய்
நடந்து
மூச்சு வாங்குகிறாள்
நான் மழையாக இல்லாததால்
ஒரு நிமிடம் நின்றெல்லாம் பெய்யவில்லை
பார்த்துப் பார்த்து, என்று மட்டும்
சொன்னேன்,
அவள் ஏன்
தற்காலிகமாக இளமையோடு
இருந்தாள்?

அக்காவும் தம்பியும்

அக்காவும் தம்பியும்
பேசிக்கொண்டிருந்தனர்
தன் நடுங்கும்
எண்பத்திரண்டு வயது கரங்களால்
அவள் காபி
ஆற்றிக்கொண்டிருந்தாள்
சர்க்கரை போட வேண்டாம்
என்று எழுபது வயதுச்
சகோதரன் நினைவூட்டினான்
இருவரும்
முப்பது வருடத்திற்கு முன்
இறந்துபோன மாமாவின்
நகைச்சுவை உரையாடல்கள் பற்றி
பேசிக்கொண்டிருந்தனர்
வெளிறிய கைகளில் காபியைத் தரும்போது
அக்கா சொன்னாள்: எனக்கு முன் நீ
போய்ச் சேர்ந்துவிடாதே.
அந்த பழைய வீட்டின்
பழைய அறையில்
காபி
எப்போதும் போல்
காபியைவிட
சற்று
அதிகமாகத்தான் இருந்தது

தேநீரை அருந்தியபடி

தேநீரை அருந்தியபடி கேட்டுக்கொண்டிருந்தான்
அருகில் இருந்தவன் இன்னொருவனிடம் சொன்னான்
கவலைப்படாதே— உனக்கு
இடம் வாங்கித் தருகிறேன்
இன்னும் கொஞ்சம் பணம் கொடு என்று
தேநீர் சுவைப்பவனுக்குத் தெரியும்
இன்னொருவன் இந்தப் பணத்தை
இழக்கப் போகிறான் என்று
இடங்கள் ஏதும் இல்லை என்று
அவனது
கோப்பையின் தேநீர் முழுக்க
கறுப்பாக மாறிக்கொண்டிருக்கிறது. அதில்
இனிப்பற்ற சுவை கூடிக்கொண்டிருக்கிறது
இருந்தாலும்
குடித்துக்கொண்டிருக்கிறான்
ஒரு சொட்டுகூட விடாமல்

ஆளாளுக்கு

ஆளாளுக்குக் கல் எடுத்து
எறிந்தனர். என் கையிலும்
ஒன்றைத் திணித்தனர்

உள்ளங்கையை விரித்து
மலைத்தொடர் வடிவத்தில்
இருந்த கல்லைப் பார்த்தேன்

உற்று நோக்கினேன்
உற்று நோக்கிக்கொண்டிருந்தேன் ஓசையற்று
மலைத்தொடர் மறைந்தது

வெறுங்கையை வேகமாக
வீசினேன்
விடைபெறும் முகமாகவும்
என்னையும்
தூக்கிச் செல்லேன் என்று
இறைஞ்சும் விதமாகவும்

உலகின் ஒவ்வொன்றையும்

உலகின் ஒவ்வொன்றையும்
முதன்முதலாகப் பார்த்துக்கொண்டிருக்கிறாள்
குட்டிப்பாப்பா
பார்வைகள்
கொண்டுவந்ததை
ஓடிஓடி ஒளித்து வைக்கிறாள் அவளுக்கு
மட்டுமே தெரியும் இடத்தில்
அவளால் காலத்தையும்
வெளியையும்கூட கவ்விச் சென்று
மறைத்து வைக்க முடிகிறது
மேஜையில் இருந்த
அப்பாவின்
கண்ணாடியைத் தள்ளிவிட்டு
அதன்
உடையும் சில்லுகளை
முதன்முதலாகப் பார்த்தாள்
அதை
எடுத்துக்கொண்டு, தன்
மறைவிடத்துக்கு ஓடினாள்
அங்கேயும்
இரண்டாவது தடவை
பார்ப்பதற்கு
ஏதும் இல்லை

காலையில் எழுந்ததும்

காலையில் எழுந்ததும் ஓய்வு பெறுவதற்கு
இன்னும் ஆறு ஆண்டுகள் உள்ளது என்று
நினைத்தாள்.
சிறிது வெளிச்சத்தில் குளித்தாள். அறைகளில்,
அவள் கோலம் போட்ட வாசலில் இருளும்
ஒளியும் தனித்தனியே அருகில் அருகில் மௌனமாய்
அமர்ந்திருந்தன. சின்ன வெளிச்சங்களில் காலை
உணவை
சமைத்தாள், தலை வாரி ஆடை உடுத்திக்கொண்டாள்.
யாரும் நேரிலோ தொலைபேசியிலோ வாழ்த்துச்
சொல்லவில்லை.
பிய்ந்து பிய்ந்து கிடக்கும் அன்றலர்ந்த தாமரை போல்
அலுவலகத்திலிருந்து வீடு திரும்புகிறாள், பஸ்ஸில்
எதிர் சீட்டில் அமர்ந்திருக்கும் சிறுமி
தள்ளி, இடங் கொடுத்தாள் தன்
கலைந்த தலையில்
சிறிது தாமரையைச் சூடியபடி

ஒரு வண்ணத்துப்பூச்சி

நான்
உயர்நிலைப் பள்ளியில் நுழைந்தபோது கூடவே
ஒரு வண்ணத்துப்பூச்சி நுழைந்தது
அது மஞ்சள் நிறத்தில் இருந்தது
அப்போது என் வயது பத்து
பொறுமையற்ற வருடங்கள் கழித்து
நான் வெளியேறியபோது
என் இடது தோளின் மேலாகப் பறந்து
வெளியேறியது. அப்போதும்
அது மஞ்சளாய் இருந்தது
நரைகூடிக் கிழப்பருவம் எய்தி
கடவுள் தன் ரகசியங்களை மாட்டி வைத்திருக்கும்
ஆலமரத்தின் அருகில் நிற்கும்போது என்
முகத்தின் குறுக்காக விரைந்து சென்றது
அப்போதும் அது மஞ்சளாகவும் சிறியதாகவும்
இருந்தது.
தன் இரண்டு ஜன்னல்களைத்
திறந்து அலைபாயும் மஞ்சள் கடலைக் காட்டும்
வண்ணத்துப்பூச்சி
என்னைப் பற்றி
என்ன கதையடிக்கும்?

நாற்பது விநாடிகள்

நாற்பது விநாடிகள் நேரம் பார்த்துக்கொண்டிருந்தேன்
அவள் பின்னால் நின்றோ
முன்னால் நின்றபடியோ அல்ல
இடது பக்கத்திலிருந்து.
நடுமதியத்தில்
அவள் ஒரு இரண்டு சக்கர வாகனத்தை
அநாயாசமாய் ஓட்டியபடி மறைந்தாள்
அந்த நாற்பது விநாடிகள் நாற்பது விநாடிகளுக்கும்
அதிகமாக இருந்தன.
ஏழு வயதுச் சிறுவன் அப்பாவின் சட்டையைப்
போட்டுக்கொண்டிருப்பது போல்
அந்த நாற்பது விநாடிகளை அணிந்தபடி
நின்றிருந்தேன்
என் கால் விரல்கள்
அப்போது எனக்குத் தெரியவில்லை
இப்போதும் தெரியவில்லை

கொட்டுச் சத்தம் கேட்டு

கொட்டுச் சத்தம் கேட்டு, வீட்டுக்குள்ளிருந்து
வெளியே வந்தான் பையன்
கரிய உடலினராயும் வெள்ளை பனியன்
அணிந்தும் நாலைந்து பேர் இதுவரை
பார்த்திராத கொட்டு ஒன்றைத் தட்டிக்கொண்டு
வந்தனர்
அது என்ன என்று தெரிய விரும்பி அருகில் நின்ற
அம்மாவைப் பார்த்தான்
அவள் தன் காதிரண்டும் பொத்தியபடி
நின்றுகொண்டிருந்தாள்
அவன் கேட்டது அவளது காதில்
விழவில்லை என்பதால் அருகில் நெருங்கி
அவளைத் தொட்டான்.
அவள் ஒரு கையால்
அவனை அணைத்துக்கொண்டாள்
பையனின் முணுமுணுப்பு
பையனுக்கு மட்டுமே கேட்டது
வா. வா. கொட்டுச் சத்தமே உள்ளே வா.
இன்னும் நிறையவே வா. ஆனால்
ஆனால் ஏன் உள்ளே ரொம்ப நேரம்
தங்கி இருக்க மாட்டேன்
என்கிறாய்?

ரயில்

காட்டு விலங்கின் துல்லியமான
பாகம் ஒன்று
கிடக்கிறது
செம்மண் பொட்டலில் - அந்த
மானின் எலும்புக்கூட்டுக்கிடையே நாவை விட்டு
இன்னொரு மான் புல்லைக் கடித்துவிட்டு
நகர்கிறது.
நகரும் மானின் கண்கள்
சிமிட்டிக்கொண்டிருக்கின்றன
அருகில் செல்லும்
தண்டவாளத்தில் ஒரு நாளைக்கு நிறையவே
ரயில்கள் செல்கின்றன
ஒவ்வொரு ஜன்னலிலும் ஒவ்வொரு சூரியன்
லட்சக்கணக்கான பயணிகளின்
லட்சக்கணக்கான கண்கள்
சிமிட்டி சிமிட்டி
விபரீதமான குமிழ் ஒன்று ஒரே திசையைப்
பார்த்துக்கொண்டிருக்கிறது.
உடையாத நிசப்தத்தில்
குலுங்கும் இந்தக் குமிழை
இழுத்துச் செல்லவா
இத்தனை பெரிய ரயில்?

திறவுகோல்

இடுப்பில் வீட்டின் திறவுகோலைச் செருகி
வைத்திருக்கிறாள். சேலைத் தலைப்பால் அதை
மறைத்திருக்கிறாள். சைக்கிளில் போகும்போதும்
பேக் செய்யப்பட்ட
பலசரக்கு சாமான்கள் வாங்கிவரும்போதும்
அது உறுத்தினாலும் ஏற்றுக்கொள்வாள்
வெளிக்கதவு சாவி அது.
பூட்டைத் திறக்கும்
கதவு வீட்டைத் திறக்கும்
வீடு சுவரில் மாட்டியிருக்கும் கண்ணாடியைத்
திறக்கும்
சுவரில் தொங்கிய கண்ணாடி
 நான் நீ அவள் என
உடைந்திருக்கும்
கண்ணாடியில் செருகிய கட்டண அட்டை
தண்ணீரைத் திறக்கும்
தண்ணீர் அவள் தனிமைகளைத் திறக்கும்
சாவியைக் கையிலோ பையிலோ
வைத்திருக்க முடியாது.
சாவி தொலைந்தால் பரவாயில்லை. சாவியைச்
செருகியிருக்கும் அவள் தொலைந்தால்
தேடித் தர ஆள் இல்லை

விசாரணை அறைகளின் கூண்டுகளில்

விசாரணை அறைகளின் கூண்டுகளில், கால்கள் உளைய
காத்திருக்கிறேன்
காலங்கள் கண்ணுக்கு மறைந்தாலும்
இறந்துபோவதேயில்லை போலும்.
ஆவணங்களின் தொடர் எண்களில் அவை
மூச்சுவிட்டுக்கொண்டிருக்கின்றன
கட்டடத்தின் ஓரம்
ஒரு மரத்தடியில்
கொஞ்சம் தெரிந்தும்
எப்போதும் கொஞ்சம் தெரியாமலும்
வேர்கள் மேல் கிடக்கிறது ஒரு
மெல்லிய காக்கைச் சிறகு
அது சிறிய உடைவாளைப் போல் இருக்கிறது
அதைச் சில விநாடிகள் என் விலாப்புறத்தில் வைத்து
நானும் பறப்பதாய், பகற்கனவு கண்டுகொள்கிறேன்
சட்டைப் பையில் வைத்தால் வெளியே தெரிந்து
விடும்போல் இருக்கிறது
கால் சராயில் வைத்தால் ஒடிந்துவிடுகிறது
இருப்பினும் என் பனியனில் போட்டுக்கொண்டு
திரும்புகிறேன்.

ஆய்வாளர் வந்து என் ஆடைகளை நீக்கி
பரிசோதனை செய்தபோது - மீண்டும் உதிர்ந்தது
எனது
உடைவாள் சிறகு
மேலும் கீழும் பறந்து
அங்கும் இங்கும் அலைந்து
சாயங்காலத்தின் இரண்டு பக்கங்களிலும்

அந்தி உறங்கச் செல்லும்

அந்தி உறங்கச் செல்லும்
அந்தியில்
பள்ளிச்சிறார்கள் பறவைகளை எதிரொலித்து
கத்தியபடி ஆட்டோவில்
செல்கிறார்கள் அவர்களைக் கண்டதும்
சாலையோரத்தில்
வெண்ணிற தாடி வளர்ந்து
தலைப்பாகை கட்டிய
லோடுமேன் ஒருவன்
ஹோவென்று கத்துகிறான்
இனி திரும்ப முடியாத
முதுமையின் பாதையில்
அவனது உயர்த்திய கைகள்
அவர்களை நோக்கி நீள்கின்றன
அவன் குரல்பட்டு
அந்தியின் இலைகள் சலசலக்கின்றன
உறங்கச் சென்ற அந்தி
விழிக்கிறது
வெண்ணிற நட்சத்திரங்கள் என

பகற்கனவு

பள்ளிவிட்டுத் தாமதமாய் வந்த அன்று அம்மா என்
முதுகில்
திங்குதிங்கென்று மிதித்தாள்
முகம் எங்கும் தூசு படிய
அப்படியே கண்ணீரில் படுத்துவிட்டேன்
என் பகற்கனவின் முதல் தளிர் முளைவிட்டது அன்று
அடுத்த விநாடியே பகற்கனவுவாசி
யாகிவிட்டேன்
பூமியிலிருந்தும் பூமிக்கு வெளியிலிருந்தும்
முற்றாக வெளியேறிவிட்டேன்
என் பகற்கனவின் தீயில் எல்லாம்
தேனால் செய்யப்பட்டிருந்தன
பஸ்ஸில் ஜன்னல் ஓரச் சீட்டு போலும்
அந்த வானவில், எப்போது
நான் அழைத்தாலும் வந்துவிடும்.
அந்த உடைந்த வில்லில் அம்பு பொருத்தி
உணவு தேடிக்கொண்டேன். உயிர் காத்துக்
கொண்டேன்.
என் பகற்கனவின் மொட்டைக் கிணற்றில்
எப்போதும் ஒரு கரிச்சாங்குருவி
மேலிருந்து பார்த்துக்கொண்டிருக்கிறது
என் பகற்கனவின் நிலவொளியில் எப்போதும் ஒரு
கரிச்சாங்குருவி தூங்கிக்கொண்டிருக்கிறது
நள்ளிரவோ நண்பகலோ
கோடையோ குளிரோ
கிணற்றில் விழுந்த நிலவு
மூழ்குவதில்லை

ரயில்வே பிளாட்பாரத்தில்

ரயில்வே பிளாட்பாரத்தில்
சாய்வான
சிமெண்ட் பெஞ்சில்

மல்லிகைப் பூக்கள் சிதறிக்
கிடக்கின்றன
ட்ரெயின் நிற்காதபோதும்
வாராதபோதும்
ரயில் நிலையத்திற்கு
என்ன பெயர், வெண்
மலர்கள்
வாடுவதற்கென்றே
வளர்ந்திருக்கும்
மல்லிகைச் செடி என்றா
இனிமேல்
இந்தச் செடியில்
இந்த மலர்கள்
எவ்வளவு
நேரம் இருக்கும்.
ஆடிமாத
மேல் காற்றில்
இம்மலர்கள்
நகர்ந்துகொண்டிருக்கின்றன
காற்றைவிட
வேகமாக

ஆள் பாதி, ஆடை பாதி

ஆள் பாதி, ஆடை பாதி
ஆளில் பார்க்கிறவன் ஒரு பாதி
பார்க்காதவன் ஒரு பாதி
நேற்றுப் பார்த்தவன் ஒரு பாதி
நேற்றுப் பார்த்தவனை
பார்த்தவன் ஒரு பாதி
பாதிபாதிகளாய் போகிறேன்
வருகிறேன் போல
என் பாதி ஆடையை
அவ்வப்போது அவிழ்க்கிறேன்
கொடியில் தொங்கவிடுகிறேன்
எங்கிருந்தோ அடிக்கும் காற்றில்
நழுவி விழுகின்றன அவை.
ஒரே நேரத்தில்
வேர்வை ஆடை நேற்றில் விழுகிறது
துவைத்த ஆடைகள் நாளையில் விழுகின்றன
ஊர் எங்கும் திரிகின்றன
என் நூற்றுக்கணக்கான பாதிகள்
யார்யார் எங்கே இருக்கிறார்கள்
என்று தெரியவே முடியாத கும்மிருட்டு
என்ன மாதிரி இரவு இது
எந்த மாதிரி காற்று இது

மலையின் விலாப்புறம்

மலையின் விலாப்புறம் அது
நாங்கள் சென்று அமர்ந்தோம்
வனங்களைத் திறக்கத் தெரிந்தவன்
அங்கு அழைத்துச் சென்றான்
எதுவும் பேசத் தோன்றவில்லை
பேசினால்
மலை உடைந்துவிடும் போல் இருந்தது
நகராத தாவரங்கள்
கூட்டம்கூட்டமாய் நகர்ந்தபடி
எங்கோ போய்க்கொண்டிருந்தன
ஒரே ஒரு
சின்ன நீலமலரிடம்
பேசத் தோன்றியது
என் எல்லா பேச்சுக்கும்
அதன் கண்களில் அன்புக் கேலி
ஒளிர்ந்தது
பூமி சுழலும் திசைக்கு எதிர்திசையில்
நடந்தபடி ஊரில்
நுழைந்தோம்
மலையிலிருந்து திரும்பிய பின்னும்
வண்டிக்கருகில் நிற்கும் எருதுகளின்
கண்களில்
மலை மறையாமலிருந்தது.

(ராஜாராம் பிரம்மராஜனுக்கு)

உபயோகமில்லாத பொருட்கள்

உபயோகமில்லாத பொருட்கள் எதையாவது
எப்போதாவது
நீ கையால் தொடுகிறாயா
உபயோகமற்ற பொருட்கள் ஒரு விலங்கைப் போல்
மூச்சுவிட்டுக்கொண்டிருக்கின்றன
அகிலம் எல்லாம் அசைந்துகொண்டிருக்கும்போது
அவை அசைவற்று நிற்கின்றன
நாளைக் காலை, இந்தக்
கனியின் தோல்
குப்பைக்கூடையில் கிடக்கும்
அப்போது அது
காணும் கனவுகளிலிருந்து அதுவும்
தப்பிக்க முடியாமல் போகும்.
மூலையில் தள்ளி விடப்பட்ட
முதியவர்கள் போல
எனினும் நம் விரல்களுக்கு, ஏதோ
விநோத சக்தி இருக்கிறது
உபயோகமற்ற போதும், உடைவாளை சதா
பற்றிக்கொண்டிருக்கிறது
சென்று வாருங்கள், உபயோகமற்ற பொருட்களே
நீங்கள்
இன்னொரு ஆற்றைப்போல் ஓடிக்கொண்டிருக்கிறீர்கள்
எப்போது வேண்டுமானாலும் திரும்பி வாருங்கள்
வந்து,
மீண்டும் மீண்டும்
அன்பின் தோல்வியைக் காணுங்கள்

வெயிலைத் தின்பதற்கு

வெயிலைத் தின்பதற்குச் சென்றேன்
 கரையோர மரங்கள் மட்டுமே
 நிற்கும் குளக்கரையில் நின்றேன்
வாகைமர நிழலில் நின்றபடி
 இன்னொரு மரத்தின், யாருமற்ற
 நிழலைப் பார்த்துக்கொண்டிருந்தேன்.
கலங்கல் குளத்தில் எத்தனையோ வாத்துக்கள்,
 என்ன வியப்பு, ஒன்றின் அருகில் ஒன்றும், ஒன்றின்
 தொலைவில் ஒன்றுமாய், நீல நீரின்
 காமப்பிதற்றல்கள் போல்
எல்லாம் தெரியும் மின்வெளிச்சம் விட்டு
 ஏதும் தெரியாத சூரிய வெளிச்சம் வந்தேன்
மெல்லிய தூக்கம் நெற்றியில் வந்து அமர்கிறது
வெளிச்சத்தில் ஒளிந்தபடி
 வேகமாய்ச் செல்லும் நிழல்களே
 நீங்களும் என்னை
 கைவிடுகிறீரே

குட்டிக் குதிரைகள்

என்னிடம் ரகசியம் என்று
ஏதுமில்லை. என்னுடைய
குருட்டு நம்பிக்கைகள் தவிர

எனது ஒன்பது வயதில் நானாக
ஒரு குருட்டு நம்பிக்கையைக்
கண்டுபிடித்தேன்
சிறுவயதில், தொலைவில் நின்று ஒரு மின்கம்பத்தை
நோக்கி
கல் எறிந்தேன். தேர்வில் வெற்றி பெறுவேனா, என்று

அந்த வயதில்
ஒரு பேரிருளை முதன்முதலாகச் சந்தித்தேன். அதை
முழுதும் அருந்த முடியவில்லை.
என் குட்டிக் குதிரையின் மேல் ஏறி ஊடுருவினேன்

எனக்குத் தெரியாத எது, அந்தச் சின்னஞ்சிறு
விலங்கிற்குத் தெரிந்திருக்கிறது.

என் குருட்டு நம்பிக்கை என் உள்ளங்கைத்
தண்ணீர்போல.
அது ஆழமானது அல்ல. அதில் என்
ரேகைகள் படிந்து அழுக்காகத்தான் இருக்கிறது. அதில்
மிதந்து மிதந்து
தண்ணீரைக் கடக்காமல்
கரையை அடைகிறேன்

அவைகளிடமிருந்து, அவ்வப்போது
திரும்ப நினைக்கிறேன்.
திரும்புகிறேன், எனினும்
ஒரு நிமிடத்தில் அவை கூப்பிட்டுவிடுகின்றன.

விலங்கிடுதல்

சாலையில் தேநீர்க்கடையில் அமர்ந்திருக்கிறேன். என்
சட்டையில்
   இங்கே யார், என்ன ஒளித்து வைத்திருக்கிறார்கள்
   என்று தெரியவில்லை
சந்தையில் இரும்புக் கதவுகளைத் தாண்டி நுழைகிறேன்.
என்
   தோலுக்கடியில் இங்கே யார் என்ன ஒளித்து
   வைத்திருக்கிறார்கள் என்று தெரியவில்லை
குகையின் கல்வெட்டுக்களில் இறங்கி நடக்கிறேன், என்
   கால் சுவடுகளில் இங்கே யார் என்ன ஒளித்து
   வைத்திருக்கிறார்கள் என்று தெரியவில்லை
இதோ இருக்கிறான், இதோ இருக்கிறான்
   என்று என்னைக் கைப்பற்றி விலங்கிடுகிறார்கள்.
   கைவிலங்கில் யார் என்ன கண்டுபிடிக்கிறார்கள்
   என்று தெரியவில்லை

நாம் என்ற ஒரு வார்த்தை

மரக்கிளையைப் போல விழுந்துகொண்டிருந்தான்
அவள் விண்கால்கள் விரித்த வண்ணத்துப்பூச்சி போல
பறக்கத் தொடங்கினாள்
விழுந்துகொண்டிருக்கும் கிளையில்
சென்றமர்கிறது வண்ணத்துப்பூச்சி
மழை மேல் பெய்துகொண்டிருக்கிறது மழை
மழைக்கு வெளியே நனைந்துகொண்டிருக்கிறது ஒரு
பிணம்,
நாற்சந்திப் பிணம்,
மழைக்கு உள்ளே சுழன்றுகொண்டிருக்கின்றன,
வானவில்கள்.
மழைக்கும் குளத்துக்கும் நடுவே குமிழியிட்டு
தெறிக்கிறது ஒரு வார்த்தை
நாம் என்ற வார்த்தை

▲

பை

வெறும் பையை ஆணியில் மாட்டினான்
சட்டையைத் தொங்கவிடும்போது எடுத்துக்
கட்டிலில் போட்டான்
படுக்கப் போகும்போது. தூக்கித்
தரையில் எறிந்தான்
நடக்கையில் காலில் இடற,
மேஜையில் வைத்தான்
புத்தகத்தைத் தேடுகையில், எடுத்து வாயில்
கவ்விக்கொண்டான்
வேறிடங்களில் வைத்ததைவிட வெறும் பையை
கையில் வைத்திருந்த நேரம் அதிகம்
வெறும் பையை வைத்துக்கொண்டு
என்னதான் செய்கிறான் என்று வேவு பார்த்துக்
கொண்டிருக்கிறேன்
ஆனால் அவன்
வெளியே கிளம்பும்போது
அவன் காதலாள்தான்
எங்கிருந்தோ அதை எடுத்துக்
கொடுக்கிறாள்

இரண்டாவது கண்ணாடி

பஜாரில்
கண்ணாடிக் கடை
ஒரு கண்ணாடி
வாங்கப் போனவளை
எல்லாக் கண்ணாடிகளும்
வரவேற்றன
ஒரே ஒரு
கண்ணாடியைத்
தூக்கிக்கொண்டு
திரும்பினார்கள்,
எல்லாக் கண்ணாடியிலிருந்தும்
வெளியே வந்தவர்கள்
கடை வாசலில்
நின்றிருந்தவன்
கடைக்காரரிடம் கேட்டான்:
முடிந்தால் இரண்டாவது கண்ணாடியை
செய்து வையுங்களேன்

பாலைக்கான நீர்

தெருமுனை
 காணாமல் போனவர்களாலும்
 காத்திருப்பவர்களாலும் ஆனது
 விளம்பரப் பலகைகளாலும் அதில்
 அமர்ந்திருக்கும் காக்கைகளாலும் ஆனது
அங்கு
 ஒரு பாதை மறைகிறது
 இன்னொரு பாதையில் ரகசியமாய்
அங்கு
 ஒரு பாதை தொடங்குகிறது
 இன்னொரு பாதையில் ரகசியமாய்
இந்த ரகசியம்
 எனக்கு ரகசியமாகவே கொடுக்கப்பட்டுள்ளது.
என்
 தோள் மேல் விழும்
 காக்கையின் எச்சங்கள்
 என்னைக் கேலி செய்கின்றன
 பரவாயில்லை
 ஒரு கூனல்போல் என் முதுகில் இருக்கும்
 ரகசியத்தில்
 என் பாலைக்கான
 நீர் இருக்கிறது

ஒரு நூற்றாண்டு

ஆள் அண்டாக் கோவிலில், அலைபாயும்
நாதஸ்வரத் தனிமையில்
தூங்கிக்கொண்டிருக்கிறது ஒரு பழுப்புநிற நாய்.
எனக்கும்
நாய் அளவே இசை அறிவு உண்டு
ஆனால் நான் கண் அயரவில்லை
வாசலில் சைக்கிள் டீ விற்கிறவன்
தொலைவிலிருந்து அண்ணாவியை நோக்கி
வருகிறான்
அவன் என்னை
விழிப்பில் வைத்திருக்கிறான்
தலவிருட்சமாக இருக்கும்
கிளாமரத்தின் நிழலாக.
பழுப்பு நிற நாயின்
அருகில், படிந்திருக்கிறது
நாதஸ்வரத்தின், ஒரு
நூற்றாண்டுக் காலத் திகைப்பு

பூக்காரி

வனத்தில்
பூக்கள்
எந்த நாரில் கட்டப்பட்டுள்ளன
கெட்டிக்காரி நீ
ஒரு தனிப் பூவை எப்படித்தான் பறிக்கிறாயோ
நீ தனியாகச் செல்வதாலா
நாரில் நாரில்
இணைத்து இணைத்து
தலையில் தலையில்
வைத்து வைத்து
சிலுப்பி சிலுப்பி நடக்கிறாய்
மரத்திற்குள் கை விட்டு ஒரு பூவை எடுக்கும்போது
பூக்காரி, பூக்காரி
என் சின்ன விரலையும்
உன் நாரில்
சேர்த்துக் கட்டேன், பூக்காரி

நேற்று, நாளை

நேற்று சரியாக இருந்தது
இன்று தப்பாக இருக்கிறது
நேற்று தப்பாக இருந்தது
இன்று சரியாக இருக்கிறது
நேற்றிலிருந்து நாளையைப்
பார்க்க முடிகிற
பைனாகுலர்
எங்காவது இருக்கிறதா
அது மட்டும் கிடைத்திருந்தால்
இப்படி
பிள்ளைகள் முன்பும்
சாலையில் இளைஞர்கள் முன்பாகவும்
அரசின் புதிய புதிய விதிமுறைகள் முன்னிலையிலும்
நான்
தலைகுனிந்து நிற்க வேண்டாம்
என் குற்ற
விரல்கள் நடுங்கியபடி
இளைய தலைமுறையைத்
தீண்டுவதற்கு நீள்கிறது
நேற்றுக்கும் நாளைக்கும்
முன்பாக, நமது கால்கள் நடந்து செல்லும்
ஒரு இனிய
இடத்தைச் சுட்டிக்காட்ட
விழைகிறது
நம்புவதற்குக் கஷ்டமாக இருந்தாலும்
அப்படி ஒரு இடம் இருப்பது
ஆச்சர்யமாகத்தான் இருக்கிறது

தொட்டில்

இனிய தொட்டில் உடைகிறது
    கீழே விழுந்து அல்ல
    யாரோ தவற விட்டு அல்ல
இனிய தொட்டில் உடைகிறது
    பரணில் பராமரிப்பு அற்று, படிமமாகக்
    கிடந்ததால் அல்ல.
இனிய தொட்டில் உடைந்தது
    குழந்தையின்
    மெல்லிய மூச்சு
    நிற்பதற்கு,
    மேலும் கீழும் ஏறியபோது

முதுமையில் நுழைந்ததும்

முதுமையில் நுழைந்ததும்
முதுமை மறையும்
பேரதிர்ச்சியிலிருந்து தப்பிப்பதற்காக
எங்கெல்லாம் செல்கிறேன்.

ஏனோ
பூங்காவில் பார்ப்பவர்களும்
சாலையில் பார்ப்பவர்களும்
ஒன்றுபோல இல்லை
பூங்காவின்
செம்மண் பாதையில்.
எல்லா மழைநீரையும்
அருந்தியதாகவும்
மணலின்
மழலைபோலவும்
பல இரவுகளை சுமந்து
கொண்டிருப்பதாகவும்
எத்தனை காலடித் தடங்கள்

எனக்கான பிரபஞ்சத்தைக்
கட்ட முடியாமல்
நான் இங்கு
திரும்பத் திரும்ப வருகிறேன். எங்கோ
கூடு கட்ட குச்சிகளை
எடுத்துச் செல்லும் பறவைகளும்
அதே நேரத்தில்
வருகின்றன

என் தலை

தலைவாரிக்கொண்டேன்
நேர்த்தியான ஆடைகளை அணிந்துகொண்டேன்
வீட்டைப் பூட்டினேன்
என் தலையை மட்டும் ஞாபகமாய்
ஒளித்து வைத்தேன்
கொஞ்சம் பீரோவில்
கொஞ்சம் பரணில்
கண்டுபிடிக்கப்படாமல்
ஒளித்து வைக்க
இன்னும் இடங்கள் நான்
கண்டுபிடிக்கப்படாமல்
வெளியே போனால்
என் தலை
கவிழ்ந்தே இருக்க வேண்டியுள்ளது.
இடவலமாகவும்
அசைக்க முடியவில்லை
மேலும் கீழுமாகவும்
முடியவில்லை. அது
கனமாக இல்லாததால்
மேலே பறந்துவிடுகிறது
அறுந்து அறுந்து கிடக்கும் மின்னல்களும்
வானவில்களும் அதைப்
பந்தாடுகின்றன
அது போக
அடிக்கடி தலையில் தலையில்
அடித்துக்கொள்ள வேண்டியிருக்கிறது
மேலும்
இடம் பிடித்து அமர்வதற்கு
தலை எதற்கு
பின்புறம் போதாது

நிசப்தம் நிசப்தமாக

சத்தங்களால்
கட்டப்பட்டிருக்கின்றன வீடுகள்
வீட்டிற்கு உள்ளிருக்கும்
நிசப்தம்
வீடல்ல என்று தெரியவரும்போது
ரொம்பவும் திடுக்கிடுகிறேன்
எப்பவாவது வீட்டுச் சத்தங்கள்
வெளியே கேட்கும்போது
வீடு நீண்டு
வீடாக இல்லாது போகிறது, அப்பவும்
திடுக்கிடுகிறேன்

அங்கு
கிழக்கு மூலையில் அடுப்பின்
நீலநிற ஜ்வாலை
விழித்தெழும்போதும்
நோயுற்றவர்களைத் தொட்டுத்
தூக்கும்போதும்
நிசப்தத்துக்கு அப்பால்
நீண்டு சென்றுவிடுகிறது வீடு

மழைக்காலத்தில்
நள்ளிரவு மின்னலில் தெரியும்
தாமரை இலைகளைப் போல
வீட்டிற்குள்
மிதந்துகொண்டிருக்கின்றன, சத்தங்கள்.

அவைகளை நான்
மிகவும் விரும்புகிறேன்
நிசப்தம் நிசப்தமாக இல்லை
என்று அவை எனக்குச் சொல்கின்றன

கூழாங்கல்லைப் போல்

கூழாங்கல்லைப் போல் இருந்தது. ஆனால்
அதில் மிருதுவான நறுமணம் நின்றுகொண்டிருந்தது,
விரும்பக்கூடியதாக இருந்தது.
எங்கிருந்தோ உருண்டுவந்து, நிரந்தரமாக
இங்கே தங்கியிருப்பது போல், கரிசல் தரையில்
ஓய்ந்திருந்தது.
அதன் பேர் சொல்லவோ, கேட்கவோ அருகில்
யாருமில்லை. நீல நிற வானம் என்றைக்கு யாரைப் பற்றி
பேசியிருக்கிறது. எடுத்து என் பற்களின்
நடுவே பொருத்துகையில், "நல்லா இருக்கும், சாப்பிடு"
என்று குண்டுப் பெண் ஒருவள் சொல்லியபடி காற்றில்
மூழ்கி
மறைந்தாள். கூடவே "அது எங்க ஊர்ப் பழம்" என்று
கத்தினாள். திரும்பிப் பார்க்கையில் எதிர்ப்பாறையில்,
எப்போதும் பிரபஞ்சத்துக்கு வெளியே அமர்ந்து
உணவருந்தும் அணில், தன் கைகளில் எதையோ
வைத்துக்கொண்டு கொறித்துக்கொண்டிருந்தது.
நான் பழத்தைத் தின்னத் தொடங்கினேன்.
கையிலிருந்த கூழாங்கல் மறையத்
தொடங்கியது. அதன் நிறம் மறையாதது போல்
இருக்கிறது

பாலைவனத்தை வாயில் கவ்வியபடி

பாலைவனத்தை வாயில் கவ்வியபடி திரிகின்றன
நாய்கள் எங்கே கீழே வைத்தாலும் அந்த இடம்
பாலை ஆகிவிடுவதால்
அன்பற்ற ஊரில் பசித்து அழுகின்றன
சிறிது உணவை அவைகளுக்கு அளிக்கும்போது
அவை வாயில் அடைத்திருப்பதை நான்
கையில் வாங்கிக்கொண்டு நிற்கிறேன்.
அவை ரொட்டியை விழுங்கிவிடுவதைப் போல்
பாலையை விழுங்கத் தெரிந்தால், நான்
கூடவே நிற்க வேண்டியதில்லை

வானவில்

அது
நிறங்கள் அடர்த்தியாகிக்
கொண்டுவரும் வானவில். என்
வீட்டின் மேல் அழகாய் வட்டமிடத்
தொடங்கியது
"எவ்வளவு பெரிய வில். உள்ளே
வந்தால் வீடு
உடைந்துவிடும்தானே" என்கிறார்கள்
உறவினர்கள்
"வில்லும் உடைந்துதானே
போகும்" என்கிறார்கள்
நண்பர்கள்
கண்ணில் வழிந்தோடும்
குமிழிகளில்
தானே வளர்கிறது
சப்தத்தைக் கடந்த அன்பின் வில்
தோன்றித் தோன்றி மறையும் சாலைகளாக
வளைந்திருக்கும்
வானவில்லுக்குள்ளே
இருக்கிறது என் ஊர்.
என் வீடு
எப்போதும்
கதவுகள் மூடியிருக்கும்
சின்னஞ்சிறிய வீடு

பிரிதல்கள்

ஜனநெரிசல் சாலையில் மூன்று பேர் சிகரெட்
பிடிக்க விரும்பினார்கள். ஒருவன் ஒரு சிகரெட்டை
வாயில் வைத்துக்கொண்டு லைட்டரை எடுத்தான்.
இன்னொருவன் தன் கையிலிருந்த சிகரெட்டோடு
அவனை நெருங்கினான். வேறு ஒருவன் அதேபோல்
அருகில் வந்தான். மூன்று கருந்தலைகளும் அருகா
மையில் நெருங்கின.
ஆஸ்பத்திரி மாடியில் நின்றுகொண்டிருந்தவள்,
ஃ எழுத்து ஒன்று
எங்கிருந்தோ நீந்தி வருவதையும்
பிறகு அது மூன்று திசைகளில்
பிரிந்து செல்வதையும் கண்டாள்
பக்கங்களைக்
கீழே நழுவவிடும் அவளது கண்களிடம்
பிரிதல்கள் ஏதோ சொல்கின்றன

சிறுவர்கள்

சிறுவர்கள் சட்டை ஓரங்களைப் பற்றி இழுக்கிறார்கள்
அவர்களைவிட அனைவரும் மூத்தவர்களாக இருக்கி
றார்கள். பலவான்களாக இருக்கிறார்கள்.
காரியங்களை முடிக்கக்கூடியவர்களாக இருக்கிறார்கள்.
ஆனால் அவர்கள் நிர்த்தாட்சண்யமாக நடந்து
செல்கிறார்கள்.
சிறுவர்கள் விரல்களைப் பற்ற விரும்பி கூடவே வருகிறார்கள்
அவர்களது குரல்கள் பறவைகள் பேசுவது போல்
தீனமாக இருக்கின்றன
அவர்கள் குழம்புகிறார்கள்: ஏன் பெரியவர்கள்
காரியங்கள் செய்ய மறுக்கிறார்கள்? என்று
சிறுவர்கள் கையினால் கையினால் பேசுகிறார்கள்
அவர்கள் இப்போதுதான்
உலகிற்குள் வந்தவர்கள், அவர்களுக்குத் தெரியாது
எந்தப் பொருள் எங்கே எங்கே இருக்கிறது என்று
வார்த்தைகள் ஏமாற்றக்கூடும் என்று தெரிய
வந்தபோது, வார்த்தைகளைப் பொறுக்காமல் தள்ளிச்
செல்கிறார்கள்
சிறுவர்களின் விரல்கள் உதிர்ந்து உதிர்ந்து காணாமல்
போகின்றன

கிறிஸ்து பிறப்பதற்கு

கிறிஸ்து பிறப்பதற்கு 354 வருடத்திற்கு முன்,
முத்துக்கருப்பன்
தன் 112 வயதில் மலையிலிருந்து குளிர்காற்று
வீசும் பின்மாலையில் இறங்கிக்கொண்டிருந்தான். இளம்
மஞ்சள் பௌர்ணமியைப் பார்த்தபடி, பாம்பு ஒன்றின்
மேல்
கால் வைத்து முதுமக்கள் தாழியில் இறங்கினான்.
கர்ப்பப்பை
போல சின்ன இடம்தானே அது, தன்னை
எலும்புகளாக
மாற்றிக்கொண்டான். நேற்று சில கிழங்குகளை
நழுவவிட்டது போல்
இன்று கரி அணுக்களை நழுவவிட்டான்.
2359 வருடங்கள் கழித்து ஒரு இளைஞன் அவனைச்
சந்தித்தபோது தூங்கிக்கொண்டிருந்த பறவையைப்
போல் ஓசை அற்று இருந்தான்: என் எலும்புகள் என்
தந்தையின் புல்லாங்குழல்கள், இந்தா ஊது என்றான்
ஒளிப்பதிவு நாடாவை இயக்கிவிட்டபடி இளைஞன்
கேட்டான்: சரி இப்போது உன் பெயர் என்ன?

நான்கு பேர்

ஒரு வாகனத்தில் நான்கு பேராகவும்
   நான்கு வாகனங்களில் ஒரு ஆளாகவும், போகும்
   பயணத்தை நான் கேட்டேனா
ஒரு விநாடியில்
   மலர்
   சருகாகியது
   அசைவுகள் நிறுத்தம் கண்டு
   ஒடுங்கின
அதிகாரி முன்னால்
   ஒரு துளியென சொட்டிக்கொண்டிருந்த
   நான்கு ஆளைக் கீழே கொட்டி நாலைந்து
   துளிகளாகத்
   தெறிக்கச் செய்தேன்
   அந்த ஒரு துளியில் நனைந்தானா
   அல்லது அருவருத்தானா
   விட்டுவிட்டான்
சருகு, ஒரு விநாடியில்
   மீண்டும்
   மலர் ஆனது
இப்படி, ஒரு நாளில்
   எத்தனை தடவைதான்
   செத்துச் செத்துப் பிறப்பது

அதிகாலையில்

அதிகாலையில்
பஸ்களில் பெண்கள் தலையில் ஆட்டோக்களில்
பூக்கள் இரண்டாவது முறை மலர்கின்றன. அந்த
தோட்டத்திற்கு வெளியே நின்று கடவுள்
பார்த்துக்கொண்டிருக்கிறான்
அவனுக்கு மறுக்கப்பட்ட மலர்கள் அவை.
அவை
எலும்புச்சிதறல் மேலும்
சடலத்தின் மேலும்
மறுமலர்ச்சி அடைந்து -
மௌனத்தை இழக்கின்றன
ஆனால்
இந்த மலர்களும் இறக்கின்றன
ஆனால்
இந்த மலர்களும் இறக்கின்றன
இறந்த பிறகு,
அவை மிருகங்கள்
மீண்டும் மீண்டும் தோற்கிற யுத்தத்தில், அவை
ஊளையிடுகின்றன.
மூன்றாவது முறை மலர்கின்றன.

டீக்கடை பெஞ்சில்

டீக்கடை பெஞ்சில் அமர்ந்திருந்தேன்
கையில் இருந்த புத்தகத்தில் 33ஆவது பக்கத்தில்
அக்னிக்குஞ்சொன்றைப் பார்த்துக்கொண்டிருந்தான்
ஒருவன், அதை
ஆங்கோர் காட்டில் பொந்தினில் வைக்க நினைத்தான்
விரல்களால் அக்குஞ்சை மெல்லத் தொட்டான்
வெந்து தணிந்தான்
முறியும் அவன் எலும்புகள் பாடின.
தத்தரிகிட தித்தோம் தத்தரிகிட தித்தோம்
பாட்டு நின்றது
குஞ்சு பறந்துகொண்டிருக்கிறது
தேநீரில் மிதந்துகொண்டிருந்த
என் உதடுகளில் வந்து
தட்டிநின்றது அந்த எலும்பு.
பாடத் தெரிந்த எலும்பு.

எனக்குத் தெரியாது

எனக்குத் தெரியாது
கரையில் மோதி வடியும் கடல் நீர்போல்
மாலை நேரம் வடிந்து விடும் என்று
எனக்குத் தெரியாது
அடுப்படி எவர்சில்வர் தட்டுகளையும் அம்மாவையும்
மாடிப்படிகளையும் உயரமான வீடுகளையும்
தலைநரைக்கும் சிலைகளையும்
என் காக்கி கலர் அரை டவுசரையும்
அது அடித்துக்கொண்டு போகும் என்று
எனக்குத் தெரியாது போய்விட்டது
வரும் நீரிலும்
வடியும் நீரிலும்
எப்போதும் இருக்கும் நிலவைப் பார்த்து
தப்பாக நினைத்துக்கொண்டிருந்தேன்.

தலையில்லாத

தலையில்லாத
ஒரு பெண் கோயில் வாசலில்
நின்றுகொண்டிருந்தாள்
உலகத்துக்கும் கல்லுக்கும் நடுவே
கையில் ஒரு தாமரை மலரை
வைத்திருந்தாள்
கல்தூணிலிருந்து அவள் வெளிவரும் வேளை
குறிபார்த்து அவள் தலையைக் கொய்து
விட்டார்கள்
முதன் முதலாம் கணவனைக் கண்டதும்
அவளது மூன்றாவது முலை மறைந்தது
கணவன் இறந்ததும் இரண்டாவது முலை கருகியது
பரதேசி ஒருவன் சொன்னான்
அவள் தலைமேலே ஒரு பல்பை மாட்டினார்கள்
பிறகு அதைத் திருடிக்கொண்டு போய்விட்டார்கள்
மீண்டும் மூடிக்கொள்ளும் முட்டை ஒன்றைக்
கடைசியாய்
கையில் வைத்திருந்தாள். அதையும் காணோம்
அவன் என்ன என்னவோ சொல்லும் போதும்
சொல்லாத போதும் - என்
கண்களின் ஓரத்தில் தெரிகிறது
அவள் கையிலிருந்த
தாமரை அசைந்துகொண்டிருப்பது.

இன்னொரு பகல்

தன் கழுத்தைவிட உயரமான சைக்கிளைப்
பிடித்தபடி லாகவமாய் நிற்கிறாள் சிறுமி
கேரியரில் அவள் புத்தகப்பை விழுந்து
விடுவது போல் இருக்கிறது.
மூன்றாவது பீரியட் டெஸ்டுக்கு அவள் உதடுகள்
சூத்திரங்களை முணுமுணுத்துக்கொண்டிருந்தன
அவள்
கண்ணுக்கு அடங்காமல்,
கனரக வாகனங்கள் அவளைக்
கடந்து சென்றன.
வேகமாய்த் தாண்டிச் செல்லும் பஸ்ஸில் -
இன்னொரு பகலில் - போய்க்
கொண்டிருக்கும் குண்டுப்பெண்
சிறுமியின் ஷூ லேஸ்
அவிழ்ந்திருப்பதைப் பார்த்தாள்
கை அசைத்தாள்
சிறுமிக்குக் கொஞ்சம் புரிந்தது
கொஞ்சம் புரியவில்லை.

நிசப்தம் நிசப்தம்

நிசப்தம். நிசப்தம்
அவ்வளவு நிசப்தம்.
காதருகில் முதல் நரை.
*
அச் சிறு மின்னல் கீறலில்
மலர்ந்து விரிகிறது
லோயா மலர் ஒன்று.
அம் மின்னல் ஒளியில்
தம்மைத்தானே கீறிக்கொள்கின்றன
மண்ணுள்ளிருக்கும் சீனிக்
கிழங்குகள்.
காளான்கள் துணைக் காளான்களோடு
வெளியேறுகின்றன.
*
நிசப்தம்
அவ்வளவு நிசப்தம்.
ஒவ்வொரு சிறகசைவிலும்
வெவ்வேறு பறவையாக மாறும்
க்யெக் பறவை -
மலரை உரசும்போது

துப்பாக்கிக் குண்டுகள்

துப்பாக்கிக் குண்டுகள் உன்னை நோக்கி வருகின்றன
பேக்கரி கடையில்
குனிந்து இனிப்புகளைப் பார்த்துக்கொண்டிருக்கிறாய்
உன் அருகில் செம்மண்நிற நாயும், அண்ணாந்து
பார்த்துக்கொண்டிருக்கிறது
அதன் கையில் காசு இல்லை.
துப்பாக்கிக் குண்டு உன்னை நோக்கி வருகிறது,
உன் நிறங்களை நோக்கி
உன் ஆடை வடிவங்களை நோக்கி
உன் சிகை மாதிரிகளை நோக்கி
உன் மொழியை நோக்கி
உன் மூதாதையரின் காலோசை
கண்ணாடித் தடுப்புகளில் எதிர் ஒலிக்கிறது
துப்பாக்கிக் குண்டுக்கும் உனக்கும் நடுவில்
எப்போதும் ஒரு தலை அசைவுதான் இருக்கிறது
இச் சிறு திருப்பலில்
மான்கள் கர்ஜிக்கும் யுத்தம்
நடந்து முடிந்துவிடுகிறது

மௌனமாக

மௌனமாகப் பறந்து வருகிறது
இலவம் விதை
மௌனமாகப் பறந்து செல்கின்றன
அதன் வெண்ணிற இழைகள்.
அவ் வெண்ணிற இழைகள்
ஒரு சிறு இரவை நடுவில்
தூக்கிக் கொண்டு திரிகின்றன
என்னைக் குத்தி நிற்கும் அம்புகளை அசைத்தபடி
பறந்து அதைப்
பற்ற விழைகிறேன்
சைரன்கள் ஒலித்துக்கொண்டிருக்கும்
என் நீள இரவை
அச் சின்ன இரவில்
 தொலைத்துவிட முடியுமா என்று.
பிறகு அது போகட்டும் என்று
விட்டுவிட்டேன்.
மூடிய பிறகும்
திறந்து கிடக்கும் வீடுகளில்
அவ்
வெண்ணிற வெளிச்சம்
மிதந்துகொண்டிருக்கட்டும் என்று

அவள் முகத்தில்

அவள் முகத்தில் நாணமும் சிரிப்பும் ஒளிர்ந்தது
அவன் அவளை அணைத்திருந்தான்
அவனது கரங்களில் மூழ்கிக்கொண்டிருந்தாள்
யதேச்சையாய், அவள் விரல்களில் - தீண்டியது
பெரிதாகிக்கொண்டுவரும் ஆணுறுப்பு
அவள் முகத்தில்
நாணமும் சிரிப்பும் வெடித்தது
தொலைபேசி மணி ஒலிக்க
அதன்
ஒயர் வழியே, விடைபெற்றுச் சென்றான்
அவளது
கோடாலிக் கொண்டை நெகிழ்ந்து
அவிழ யத்தனித்தது
தலையை லேசாக அசைத்து
பின் உயர்ந்த அவள் கைகளில்
வந்து விழுந்தது,
கறுப்புப் பனை ஒலை
வன நிசப்தத்தில்
உதிர்கிறது
இன்னொரு நிசப்தம்

▲

அவர்கள் இருவரும்

அவர்கள் இருவரும் பட்டம் விடுவதைப்
பார்த்துக்கொண்டிருந்தனர்
இருவரும் உறவினர் அல்ல
நண்பர்கள் அல்ல
ஒருவரை ஒருவர் பார்த்துக்கொள்ளவில்லை
நீண்டு கிடக்கும் கடற்கரையில்
வெவ்வேறு இடங்களிலிருந்து
பார்த்துக்கொண்டிருந்தார்கள்
அவர்கள் இருவரும் பட்டம் விடுவதைப்
பார்த்துக்கொண்டிருந்தார்கள்
நூல் தெரியவில்லை
பட்டம் விடுபவனும் தெரியவில்லை
பட்டம் இளம் வெளிர் சிவப்பு நிறத்தில் இருந்தது
வேனின் பின்கததவைத் திறந்து
பார்த்துக்கொண்டிருந்தவன்
"பட்டம் ஒரு கிணறு. அதன்
நூலின் விறைப்பில், காமத்தின் விறைப்பு
பறந்துகொண்டிருப்பதை அறிகிறேனோ"
என்று நினைத்துக்கொண்டான்
அமைதியான ஒரு பெண்
நித்து என்று பெயர்.
எப்பொழுதும் உற்சாகமற்று
கண்களுக்குள்ளே பார்த்துக்கொண்டிருப்பாள்
"நான் விடாத பட்டம்
என் கைகளில் ஏன் துடிக்கிறது"
என்று நினைத்துக்கொண்டாள்
பிறகு, அது
பறக்கும் அறைக்குள்
நாலைந்து சிறுவர்கள் ஓடி வந்தார்கள்
பட்டம் மெல்லிய தாளாலும், அதன் சூத்திரம்
வளைந்திருக்கும் மெல்லிய
விளக்குமாற்றுக் குச்சியாலும், அதன் வால்
அன்பின் மரணத்தாலும்
செய்யப்பட்டிருந்தது.

▲

கொடியில்

கொடியில் காயப்போட்ட
துணிகளை எடுத்து
மதியத்தை முடி.
லேசாகத் தலைவாரி முகம் கழுவி
மாலை நேரத்தை ஆரம்பி.
அலுவலகங்களில் தேநீர் அருந்தி
தொடங்குங்கள் சாயந்திரத்தை
சிறுவர்களின் மாலை
விளையாட்டுத் திடல்களில் ஆரம்பிக்கிறது
பூக்கடைகள்
பொழுதுபோக்கு அரங்குகள், மதுக்கூடங்கள்
சூரியனின் பயணத்தை
ஆரவாரித்து விடைதருகின்றன
நாம் பார்ப்பவைகளையும்,
பார்க்காதவைகளையும் தவிர
மாலை
யானையின் தும்பிக்கைபோல
ஏதோ ஒரு பொறுமையைச்
சுழற்றுகிறது
உன்னைத் தாக்கிவிட்டு ஓடும்
விலங்கின் தோல்
வர்ணங்களில் ஜொலிக்கிறது
வேறு என்ன செய்ய முடியும்
கவலைகளையும் வலிகளையும் -
கடவுள் என ஆக்கியதுபோல்,
அவற்றை மாவாக அரைத்து
சூதாட்டபானம் ஒன்று
தயாரித்துக்கொள். அப்படித்தான்
அதை
அருந்தியபடிதான்
தொடங்குகிறது என்
அந்தி.

உயிரோடு இருப்பது

உயிரோடு இருப்பது
எவ்வளவு
ஆனந்தமாய் இருக்கிறது
ஆனால் ஆனால்
என்
அடையாள அட்டை
தொலைந்துவிட்டதே
நான்
ஆண் நாயுமல்ல
பெண் நாயுமல்லவே.
உலகம்
மீண்டும் தட்டையாகி -
கிழிந்து கிழிந்து
தட்டைகளாகி - என்
தட்டை ஊர்
சுழலவும் இல்லை
நீளவும் இல்லை
கண்காணிப்புப் பொறிகள்
தெருக்களில் குளியலறைகளில்
எங்கே தப்பிப்பேன் -
இனிமேல்
மனுக்கள்
மனுக்கள்
நமூனாக்கள்
சான்றிதழ்கள்
படிவங்கள்
படிவங்கள்
பத்திரங்கள்
தட்டையான கருப்பைகளில்
விழுகிறது
ஒரு கண்ணீர்த்துளி
எனக்கு என்ன வைப்பார்கள்
ஆணுறுப்பா
பெண்ணுறுப்பா
சில கேள்விகள் எப்போதும்
சிரிக்கின்றன.

கடைசி டினோசார்

கடைசி டினோசார்
ஒற்றையாய்
நின்றுகொண்டிருக்கிறது
அதன் ரோமங்கள் தொய்ந்து
களைத்துக் கிடந்தன
கடுங்கோடை.
இலைகள் உதிர்ந்து,
இலைகளுக்கு உள்ளே
மறைவதைப் பார்த்துக்கொண்டிருக்கிறது
அதன் கழுத்தில் அமர்ந்து
ஊர்ந்து செல்லும் கரப்பான் பூச்சி
போகட்டும் என்று பொறுத்திருந்தது
இன்னும்
சில விநாடிகளில்
கழுத்தைத் தாழக் குனிந்து
விஷக் கற்றாழையைக்
கடிப்பதற்காய் காத்திருக்கிறது
இதுவரை
பார்க்கப்படாத பறவைகள், தொலைவிலிருந்து
கத்துகின்றன.
சீக்கிரம் செத்துப் போ
சீக்கிரம் செத்துப் போ

ஆஸ்பத்திரியில் - 1

ஆஸ்பத்திரியில்
வெண் தொட்டிலில்
சுற்றுகிறது
இறந்துகொண்டிருக்கிற குழந்தையின் மூச்சொலி
பார்க்க
பயமாக இருக்கிறது
சுவரில்
தெரியும் பல்லி
சீக்கிரம் கவ்விக்கொண்டு போய்விடாதா,
என் இதயத்தில்
சுற்றும் குருட்டு ஈயை.

மேஜை மேல்

மேஜை மேல்
இருமல் மருந்து
மூடிய விரல்கள் வழியே
தெரிகிறது
பழுப்பு நிற நிசப்தம்
மருந்து தரும், கைகள்
ஆதுரமாய்
தொடும் வேளை
என்
தனிமை உருகி
நிறைந்திருக்கிறது
பாதிக்கு மேல்
காலியாக இருக்கும் பாட்டிலில்
இறுக்க மூடிய
மூடியைச்
சுற்றிச் சுற்றி வருகின்றன
சிற்றெறும்புகள்
உறுமியபடி...
உறுமியபடி.

இரண்டாவது

இரண்டாவது தோசையும் பிய்ந்துவிட்டது
இருள் காலையில் டியூசன் போன மகள், இப்போ வந்துவிடுவாள்.
அடுப்படியில், வடக்கு திசையிலிருந்து
குயில் ஒன்று கூவுவது,
சிலதடவைகளாக
கேட்டுக் கொண்டிருக்கிறது.
வாஷிங்மெஷினில் தண்ணீரைத் திறந்து விட்டாள்.
அடுப்பை 'சிம்'மில் வைத்தாள்
அவள் நெற்றிப் பொட்டில் பரபரப்பின்
சிறகுகள் அசையத் தொடங்கின
தலைவாரும் சீப்பையும், எண்ணெயையும் எடுக்கப் போனாள்.
வீட்டில் யாரும் இல்லை
நறுக்கி வைத்த காய்கறி வாசனையோடு, கலந்தது
குயிலோசையின் நறுமணம்.
திரைச்சீலையைக் கடக்கையில்
அவள் உதடுகள்
க்ஊஊஉஉ ஊஊஉஉ ஊஊஉஉ
என்று
தானே கூவுகின்றன

என் பதினாறாவது வயதில்

என் பதினாறு வயதில் மூன்று புத்தகங்களைத்
தூக்கிக்கொண்டு
திரிந்தேன். பொன்மொழிகள் வேர்ட்ஸ்வொர்த்தின்
டேஃபோடில்ஸ் சரோஜாதேவியின் மஞ்சள் தாள்கள்.
மூன்று
பூனைகளும் என் பிடரியைக் கவ்வித் தூக்கிச் சென்றன.
யாரும்
பார்க்க முடியாத இடத்திற்கு. எங்கிருந்தும் பல ஆயிரம்
ஒளி
வருடங்கள் தள்ளியிருந்தது அந்த அலையாடும்
தொட்டில்.
மதியத்தின் மொழிபோல் தொட்டிலில் ஒரு முணுமுணுப்பு:
ஒரு அற்புதம் நிகழ்கிறது போய்க்
கவ்வு ஆனால்
அது ரொம்பத் தந்திரமானது. அதன்
கால்கள் முரட்டுத்தனமானவை. அதன்
பதிவேடுகள் எரிந்துகொண்டிருக்கின்றன
அதன் உறுமலில் ஒரு பெருமூச்சு
கேட்கிறது. அவ்வற்புதம் ரொம்பத்
தந்திரமானது. நீ என்ன செய்யப்
போகிறாயோ
நான் ஒன்றும் செய்யவில்லை. இன்னும் பதினாறு
வயதைத் தாண்டவில்லை.

அவள் தன்

அவள் தன் அந்தரங்க ரோமங்களை
நீக்கிக்கொண்டிருந்தாள்
குளியலறை பூட்டியிருந்தது
வீடு உள் தாழ்ப்பாள் போட்டிருந்தது.

அவள் அந்தப் புதர்வனத்தில் களைத்துப்போய்
நடந்துகொண்டிருந்தாள்
வழியில் அவள் வீடு, இதோ பக்கத்தில் வந்துவிட்டது
உள் தாழ்ப்பாள் போட்டிருந்தது.

அழைப்பு மணியை அழுத்தினாள்
உள்ளே , குளியலறையில், அவசரமாய்
தண்ணீர் விழும் ஓசை கேட்டது.

படிக்கட்டில்

படிக்கட்டில்
அமர்ந்திருக்கிறாள்,
மஞ்சள் பையில் அடங்காத ஒரு
எக்ஸ்ரே படத்தோடு
மருத்துவமனை வரிசையில்
அமர்ந்திருக்கும்
நோயாளி மகள்
அடிக்கடி
திரும்பிப் பார்க்கிறாள்,
கிழக்கு. மேற்கு. வடக்கு. கிழக்கு
படிக்கட்டில்
கிடக்கிறது கருஞ்சாம்பல் சிறகு ஒன்று.
கேள்விக்குறிபோல் ஆட்காட்டி விரலும்
கட்டை விரலும் சேர்ந்து
அதை எடுக்கிறாள்:
அது இன்னும் பறந்துகொண்டிருக்கிறது.

ஆஸ்பத்திரியில் - 2

ஆஸ்பத்திரியில்
டாக்டர் ரூமில்
முகம் பார்க்கும் கண்ணாடி தொங்குவதில்லை.
சுவர்களில்
உடலியல் வரைபடங்களும்
நரம்பியல் புகைப்படங்களும்
உறைந்து போய் நிற்கின்றன.
கண்ணாடிக்குப் பதிலாக -
கேள்வியாக -
("என்னைப் போல் இல்லையே, என் எலும்புகள்")
நீளமான மரப்பெஞ்சில்
வெகுநேரம் உட்கார்ந்திருந்தவன்
எலும்பின் ஓவியங்களை
அலுப்போடும் முழங்கால் வலியோடும்
பார்த்துக்கொண்டிருந்தான்
குறுக்கும் நெடுக்குமாய் நடக்கும்
இளம் நர்ஸின்
இடுப்பசைவுகளில்
அவன் கண்கள் விரும்பி
லயிக்கின்றன.

அம்மாவும் மகளும்

அம்மாவும் மகளும் நடந்து செல்கிறார்கள் அருகில்
அருகில் அம்மாவின் கையில் ஒரு பை இருக்கிறது.
அதில்
சில காய்கறிகளும், கடுகு, சீரகப் பாக்கெட்களும்
இருக்கின்றன.
பைக்கு வெளியே நீட்டிக்கொண்டிருக்கும் கறிவேப்பிலை
இலைகள் சீராக அசைந்தபடி கூட
நடக்கின்றன. மகள் இடுப்பில் கனக்கும் தன்
குழந்தையைத்
தோளில் போட்டுக்கொள்கிறாள். ஒருவர் பின்
ஒருவர் செல்கிறார்கள். அம்மாவின் ஜாக்கெட்டுக்கு
வெளியே
"பாடி" நாடா தெரிகிறது என்று மகள் சரி செய்கிறாள்
எதிரில் உயரமான தபால் நிலைய காம்பவுண்டுக்குள்
தெரிகிறது கொன்றை மரம்; மரத்திற்குள் நடந்து
செல்லும்
மஞ்சள் மலர்களை இருவரும் ஒரே சமயத்தில்
பார்க்கிறார்கள்.

அதிகாலை

அதிகாலை,
ஏதோ சொல்லியபடி
நகர்ந்து செல்கிறது
நேற்றைய இரவைப் பற்றி.
காபி அருந்த
என்னை அழைத்தபோது
மயங்கி விழுகிறது,
செய்தித்தாள் தலையில் இடித்து.
காகங்கள் செய்தித்தாளைக் கடந்து செல்கின்றன
நீயும் எழுந்துவிட்டாயா என்று.
வரலாறு
மண்ணுக்கு வந்து
ஆமையைப் போல்
பிரசவிக்கிறது
வலியோடு
அலைகள் பாடுகின்றன:
ஆமைகள் முட்டையைத்தான் பிரசவிக்க முடியும்
முட்டைகள்தான் ஆமையைப் பிரசவிக்க முடியும்

துவைக்கிற கல்

துவைக்கிற கல்
அதன்மேல் இப்போது
துணிகள் ஏதுமில்லை
சோப்புக்கட்டி
தண்ணீர் வாளி இல்லை.
ஆனால்
தேவதை ஒருவள்
எப்போதும் அங்கே
தன் இறக்கைகளால்
துணி அலசும்
ஓசை கேட்கிறது.
அவள்
மரணத்தை மரணமடைய
வைக்கும் தன் கண்களை விரித்து
ஒயிலாகத் தலையைத் திருப்பி
என்னிடம்
என்னவோ, சொல்கிறாள்.

என்ன சொல்கிறாள்.

வானத்திலிருந்து

வானத்திலிருந்து
தண்ணீர்
விழத் தொடங்குகிறது
அவசரமாய் குடையை விரித்தாள்
விரியவில்லை
அருகிலிருந்து பார்த்துக்கொண்டிருந்
தான்
13 வயதுப் பையன்
பெரிய துளிகள் பிரவேசிக்கத்
தொடங்கின.
வாங்கி
சடாரெனக் குடையை விரித்துக் கொடுத்தான்
அவன் முகநிசப்தம்
தண்ணீரில் நனையாமலிருந்தது
குடைக்குள் வருகிறாயா என்றாள். இல்லை ,
எதிர்த்திசையில் போகிறேன்
என்று தலையசைத்தான்
அவள் விரிந்த குடையோடு மழையின்
உட்புறத்தில் சிறிது தூரம் சென்று
திரும்பிப் பார்த்தாள்
அவன் நனைந்தபடி தெருவில் போய்க்
கொண்டிருந்தான். தலைக்குமேல் உயர்த்திய
இரு கைகள் தவிர, அவனது மற்ற கைகள்
குடையைப் பிடித்தபடி
கூடவே வந்தன.

கண்ணாடி முன்

கண்ணாடி முன்
உனக்கு நான்கு கண்கள்
நான்கு கைகள்
உன் போட்டோ முன்
உனக்கு
நான்கு கைகள்
நான்கு கால்கள்
நான்கு கண்கள் இருந்தால் மட்டுமே
தெரிகிறது
வானவில்

நான்
அதைப்
பிடுங்கித் தூக்கி எறிகிறேன்
நவீன மிகநவீன கொள்ளைக்காரர்கள்
பவனிவரும்
ஊர்மேல்
வானவில் நின்றால் என்ன
செத்தால் என்ன
அது
எப்போதும் தொலைவிலேயே நிற்கிறது
நம் கைகளுக்கு வாய்க்கு கால்களுக்கு
ஏதாவது ஆகப் போகிறதா
அதைப் போர்த்தி
சவ ஊர்வலமாவது
போக முடியுமா
இயற்கைத் தேவிடியாள்
கடித்துத் தின்ற, முண்டம் அது
தலையும் இல்லை காலும் இல்லை
அசுரர்களைக் கொல்ல

அம்பிலா
வானவில்
ஆணியில் தொங்கினால் என்ன
சாணியில் கிடந்தால் என்ன
தற்கொலை செய்துகொள்ள
தூக்குப் போட்ட
கயிற்றைக்கூட வாங்கத் தெரியாத
வானவில்
ஒரு வர்ணஜால விகாரம்

நீயும் நானும்
எதிர் எதிர் இருக்கையில்
உனக்கும்
நான்கு கண்கள்
எனக்கும் நான்கு கண்கள்
இரண்டு வர்ணஜால விகாரங்கள்

▲

காத்திருத்தல்

நிறைய பேர் உறங்கியபடி காத்திருக்கிறார்கள்
உறவுப்பெண்கள் தேநீர் குடித்தபடி
சித்ரகுப்த நயினார் கதையைப் பாடியபடி
நடுவீட்டில், முதுமகள், இறந்தபடி காத்திருக்கிறாள்
நடுச்சாமம் நகர்வதற்கு
பொழுது புலர்வதற்கு
ரத்த உறவுகள் காலையில்
கதறியபடி வருவதற்கு
சாவின் கண்ணாடி காத்திருக்கிறது.
பக்கத்து வீட்டு ஜன்னலை மூடி
தன் பருத்த காம்புகளைக்
கணவனுக்கு ஈந்து
இறுகப் புணரும் இளமகளின் நாசியில்
வந்துவந்து போகிறது பத்திவாசனை.
தெருவில்
கலைந்து கிடக்கும்
இரும்புச் சேர்களில்
காத்திருக்கிறது
நிலவொளி.

இளமைக்கும் முதுமைக்கும்

இளமைக்கும் முதுமைக்கும்
நடுவே
நான் நடந்து செல்கையில்
ஒரு
பழுப்பு நிற நாய்
வாலாட்டியபடி கூடவே வரும்
பிறகு மறைந்துவிடும்
என்
பள்ளிப் பருவ போட்டோவில்
உறைந்து கிடக்கும் முகங்களில்
ஒன்றே ஒன்று மட்டும்
கண்சிமிட்டும். புன்னகைக்கும்.
அது கேலி செய்தபடி என் போட்டோவை
ஏந்தியிருக்கும்
என் மகளின் முகம்.
அவள்
செல்லப் பெயர்களால்
பழுப்பு நிற நாயைக்
கூப்பிடும் போதெல்லாம்
கூடவே, பயங்கரமாய்க்
குரைத்தபடி வருகிறது
இன்னொரு நாய்.
அதற்கு
குழைத்து ஆட்டுவதற்கு
வால் இல்லை.

கடவுளை

கடவுளை வெறுக்கத் தொடங்கியிருந்தாள்
அவள் வெறுப்பு சதா
அவளுக்குள் தொங்கிக்கொண்டிருந்தது
தாலியைப் போல.
அவள் விரும்புவது
எதுவுமே எதுவுமே
நடக்கவில்லை மாறவும்
மாறாது.

அவள் அம்மா
கடவுளை இன்னும்
அதிகம் வேண்டினாள்
கடவுளுக்கு இன்னும்
அருகில் சென்று
கவலைகளைச் சொல்லிக்
கொண்டேயிருந்தாள்

இருவரும் சதா
நடந்துகொண்டிருந்தனர்
வெவ்வேறு வீடுகளில்
பத்துப் பாத்திரம் தேய்க்கவும்
வெவ்வேறு ஆட்களிடம்
வட்டிப் பணம் தரவும்
வெவ்வேறு கோவில்களில்
நேர்ந்ததைச் செய்யவும்
சரிவுகளில் இறங்கிக்
கொண்டிருக்கிறார்கள்
சரிவுகள் அவர்களை
வாய்திறந்து உறிஞ்சிக்
கொண்டிருக்கின்றன
இந்தச் சாலை எங்கே போகிறது -
எதிர் எதிர்
ஓரங்களில் நிற்கும்
விஷக் கற்றாழைகள்
வழியே

ஒரு செய்தி

கைவிடப்பட்ட கப்பலில்
ஒரு தலை மட்டும்
தனியே கிடக்கிறது

கி.மு. க்கும்
கி.பி. க்கும்
நடுவில் உள்ள ஒரு நாளில்
வெளியான செய்தித்தாளில்
பிரசுரமாகியிருந்தது

அது
தினசரி
வெவ்வேறு தலையாக
மாறிக்கொண்டிருக்கிறது

நான்
பார்க்கச் சென்ற நாளில்
ரத்தம் கசியும் வாயசைத்துப்
பாடிக்கொண்டிருக்கிறது
ஒரு அரைகுறை தாலாட்டை.

ரோஜாவும் முல்லையும்

ரோஜாவும்
முல்லையும் வேண்டுமா
என்று வாசலிலிருந்து
கூவுகிறான்
பூக்காரன்.
அடுப்படியிலிருந்து
கத்துகிறாள்
நாளைக்கு வாங்கிக்கொள்கிறேன் என்று.
நாளை
வாங்க
அவள் வாசலுக்கு வரும்போது
பூ
புதுசாகவே இருக்கிறது
எப்போதும் போல்
நாளையும் அது
மரத்திலிருந்து மறைவதில்லை.

படுக்கையில்

படுக்கையில்
உன்
வெள்ளை நிற ரவிக்கை
கேள்விக்குறி போல்
புகைகிறது
அதன் ஓரத்தில்
பிரிந்த நூல் ஒன்று
காற்றில் எழுதுவதைக்
காற்றே அழிக்கிறது. சொல்
கடிகாரத்தின் முட்களை ஏன் மாற்றி
வைத்தாய்.

என் செல்லமே
என்ன சொன்னாய்
உனக்கு நான் ஒரு உதவியும்
செய்ய முடியாது
எல்லாவற்றையும் நான் தனியாகத்
தான் செய்ய வேண்டுமா
ஏன் கூடாது
இன்னும் பத்து நிமிடத்தில் நாம்
பிரிய வேண்டியுள்ளது. நீ திரும்பிப்
போய்விடுவாயே. சொல் எல்லாம்
ஏன் தொலைந்துகொண்டிருக்கிறது.
ஏன் கூடாது
எங்கே தொலைகின்றன என்று
தெரிந்தால் தொலையாது இல்லையா
நாளைக்கு கரண்ட் வராதாம். மாவு
அரைத்து வைக்க வேண்டும்.
உனக்கு பயமாக இல்லையா
இருக்கிறது

கவலையாக இல்லையா
இருக்கிறது
நாம் அந்த 2 கண்ணாடி டம்ளரில்
பிரிந்திருக்கும் பழச்சாறைப்
போலப் பிரிந்திருக்கிறோமா
உன் சந்தேகங்களை விடேன்
நாம் எத்தனை பேர்
நீ கேட்க விரும்புவதை உனக்குக்
கேட்கத் தெரிகிறதா
ஏய் அதோ பார் சுவர் ஓரத்தில்
குழந்தையின் பூட்ஸ்கள்
குட்டி ஆமைகளைப் போல நகர்கின்றன
இதை நாளை அவளுக்குச் சொல்வோம்.

எல்லாப் பக்கங்களிலும்

எல்லாப் பக்கங்களிலும்
திறந்து கிடக்கும்
எலுமிச்சம் பழத்தை
என்
விரல்களும்
நாசியும்
சுற்றி வருகின்றன.
அனைவரையும் நம்பும்
பதினாலு வயதுச்
சிறுமியைப் போல்
அது, தொலைவிலும்
அண்மையிலும், ஒரே வேளையில்
உருள்கிறது.
முன்னிரவில்
சிறு குங்குமப் பொட்டு வைத்து
சில பூக்களும்
சூடனும் சுற்றி நிற்க,
யாரோ
அதை, முச்சந்தியில்
பூட்டி வைத்திருக்கிறார்கள்.
யாராலும்,
தூக்க முடியாத,
அச் சிறு பழத்தில்,
ஒரு பிரார்த்தனை
வந்து கூடு
கட்டியிருக்கிறது.
ஒரு
பழுப்பு நிற விலங்கின்
விலா அதிர்வது போல
பிரபஞ்சம்
நடுங்கிக் கொண்டிருக்கிறது
தீர்க்க முடியாத
வேதனையில்.

▲

ஆண்டாள் என் பள்ளித் தோழி

ஆண்டாள் என் பள்ளித் தோழி
கடவுளையும் பேயையும்
பற்றிய என் விவாதங்களை
ஒயிலாகக்
கேட்டுக்கொண்டிருப்பாள்
என் உரைகளை ஏற்றுக்கொண்டது போல்
அவள் சருமம் ஒளிர்ந்து
கொண்டிருக்கும்
மறுநாள்
அப்படியே
எதிர்க்கவிதை ஒன்று எழுதியிருப்பாள்.
என் சினத்தைக்
கூடைப்பந்து மைதானம்
எங்கும் வீசுவேன்.

அவள் கைகள்
என் புத்தகப்பையை சுமந்து வரும்
அவள் கண்கள்
பூசணிக்கொடி போல் உக்கிரமாய் ஓடிக்கொண்டிருக்கும்
அவள் விரல்கள்
ஆனைச் சாத்தான்
அரவம் கேட்டபடி
ரிக்கார்டு நோட்டு, வரைந்து கொடுக்கும்

நானோ
ஐந்துமுனை மஞ்சள் பூவில்
சிற்றெறும்பைப் போல
திரிந்துகொண்டிருப்பேன்.
குளிர்காலக் குயிலைப்போல
நூலக வனாந்தரத்தில்
ஒளிந்திருப்பேன்.

துடைப்பான்கள்
கிருமி நாசினிகள்
வாங்கியபடி
நான் நடந்து வரும்
மெயின் ரோட்டில்
மழைத் தண்ணீரில்
உருண்டு வருகிறது
பன்றிக்குட்டி ஒன்று
காய்கறிப் பையோடு
எந்தப் பக்கம்
போவது என்று
திரும்பும்
ஆண்டாளின்
ஓரிரு நரைமுடியில்
மிதந்து வருகின்றன
நாலைந்து
அன்னப்பறவைகள்

▲

சுடுகாட்டில்

சுடுகாட்டில்
காய்ந்து கருகி நிற்கும்
செடியில்
உச்சி நோக்கி
உட்கார்ந்திருக்கிறது, நத்தை.
ஆழத்தில், வெகு ஆழத்தில்
நகரும் அது
எந்தத் தீவில் இருக்கிறது
என்று, என்
கண்கள் சொல்லவில்லை.

ஊர் நடுவே

ஊர் நடுவே
கதவிலக்கம் அழியாமல்
இடிந்து கிடக்கும் வீட்டின் - வெயில் வழியே
வரும் பாடலை
எங்கே
வைக்கப்போகிறாய்
அதன்
பின் செல்லும்
என் சவப்பயணத்தில்
யாரேனும் ஒரு
சிலர் வரக்கூடும்.
அவர்கள்
சுடுகாட்டில்
முதலும் கடைசியுமாக
என்
புகையைப் பார்ப்பார்கள்
பிறகு
என் கவிதைப் புத்தகத்தில்
எப்போதும்

செத்துப்போன பிறகும்

செத்துப்போன பிறகும்
காவல்துறை
அதிகாரி
சொன்னான் :

நாய்களை ஏவி விடுவோம்.

நாலுகால்
பாய்ச்சலில்
பாய்ந்து வருகின்றன
நாய்கள்.

அடுப்படிகளில்
அரிசி களைந்துகொண்டிருக்கும்
பெண்கள்
பொறுக்கி எறியும்
சிறுகற்களால் அவற்றை
நிறுத்த முடியும்.
ஆனால்
அச்சிறு கற்கள்
பெண்களின் கண்களும்
விரல்களும் முளைத்து
ஊர்ந்து கொண்டிருக்கின்றன, தூக்கம் இல்லாமல்.
பிறந்து வரும்
குழந்தைகளை,
அவை
கவ்விச் செல்லும் புற்றை,
இதுவரை
யாரும் பார்த்ததில்லை.

முந்தைய இரவில்

முந்தைய இரவில் நீர் வந்து, நிறைந்தது இப்போது.
நன்றாக உடையணிந்த ஒருவன், உள்ளே இறங்குகிறான்
சுழிகளில் மிதக்கும் சந்தேகத்துக்குரிய பிம்பங்கள்
அவன் ஆடையைப் பிடித்து இழுத்தன.
ஒரு மேஜையைத் தூக்கிக் கொண்டு வந்தான்.
அதன் ஓரங்களில், சில நிமிடங்கள், ஒழுகிக்கொண்டு
வந்தன.
அவன் நம்பியவை எல்லாம் அவன் கைகளிலிருந்து
மழையைப் போல நழுவிப் போயிருந்தன
அவன் கால்களுக்குப் பதிலாக வேறு கால்கள்
முளைத்திருந்தன
மேஜையைத் தரையில் ஓங்கி ஓங்கி எறிகிறான்
அவன் விரல்களிலிருந்து, அவை,
விழுவேனா என்கிறது.

காதல் பித்தோடு

காதல் பித்தோடு
பெஞ்சில்
அமர்ந்திருக்கிறேன்
எனக்கு மட்டும், ஏன்
எப்போதும்
ஆட்டைப் போல
அரூபமாக வருகிறாய்.
கனவில் தெரியும் பாறையைப் போல
ஏன்
தொலைவிலேயே நிற்கிறாய்
பெண்ணே !
உண்மையில், நீ பெண்ணா
உன்
மிருதுவான கோளங்களும்
மெல்லிய குரலும்
உன், வேடங்கள் தானே
அடிவயிற்றில் நீ
ஒளித்து வைத்திருக்கும், வெற்றிடத்தில்
வேறு என்ன
ஒளித்து வைத்திருக்கிறாய்
வார்த்தைகளை
எதிரொலி செய்யும்
என் உளைச்சல் வெடித்துச் சிதறுகிறது.
என்னுடைய,
துண்டுகளும் துகள்களும் முடிகிற வடிவங்கள்,
இலைக்குவியல் என
நகர்ந்தபடி இருக்கிறது.

நீ
விழும் போது
உன்நிழல் மட்டும் விழாத
தோட்டத்தை
எங்கே கண்டுபிடித்தாய்.
தேசிய இறைச்சிகளான, நம்
பரிமாற்றம்
ஆரம்பிக்காமல் முடிந்துவிட்டது.

▲

கடுஞ்சிவப்புப் பழங்கள்

அம்மா இடுப்பில் தூக்குகிறாள்.
அவன் பிஞ்சுக்குறி நசுங்குகிறது.
சறுக்கி சேலைவழியே கீழே இறங்குகிறான்.
முதுகில் ஒரு அறை
அவன் தனிமையின் முதல் குகை விழித்துக்கொண்டது.

பள்ளித் தோழன் இறந்து போனான்.
இறந்தவனின்
இந்தப் பள்ளித் தோழனும் இறந்து போனான்.
காலியான திண்டில் ஏறி
சுடுகாட்டுக் கறுப்பு நிற நாய்
வாலைச் சுருட்டிப் படுத்துக்கொண்டது.

அவள் மேஜையில் சென்றவார செய்தித்தாள்.
வால் ஒரு செய்தியிலும், இடுப்பு
மேஜைக்கு வெளியேயும்,
பல்லி மேல் நோக்கி
வளைந்திருக்கிறது.
அதன் சிறுவாய் அகலத் திறக்கிறது.
அதில் சிலபல முடிவிலிகள் சுழல்கின்றன
அது கரப்பான் பூச்சியைத் தவிர,
வேறு எதையும் கடித்ததில்லை.

பையில் கவிதைப் புத்தகம் ஒன்றை
எடுத்துப் படிக்கிறாள்
இதயத்தில் ஒரே இழைகளில்
மின்னோட்டம் பரவுகிறது
ஒளிரும் சிறிது வெளிச்சத்தின்
நடுவே
கருந்துளை தெரிகிறது
கிணற்றை எட்டிப் பார்த்து
ஹோ என்று கத்தியபடியே

ஓடுகிறாள்
ஏழு வயதுச் சிறுமியைப் போல்,
அருகே
உணவகத்தின்
தேநீர் வாசனையில்
கருந்துளை
பழுப்பாக மாறுகிறது.

தெருவில்,
திடீர்க் கலவரம்
வேகமாய் சைக்கிளை அழுத்தினான்
போலீஸ்காரனின்
முரட்டு லத்தி
ஓங்கி அறைந்தது, கேரியரில்
அவன் தனிமை
தவளை என வெளியில் குதித்தது
அது
இளஞ் சிவப்பில் இருந்தது.

மூன்று பேர் சுற்றி வளைத்தனர்.
உயரத் தூக்கிய கத்தியுடன்.
அவனுக்கும் கூர்முனைக்கும் நடுவே
திருவிழா மனிதர்கள் பலூன் விடுகின்றனர்.
கத்தி
முனையிலிருந்து தனிமை
பீய்ச்சி அடிக்கிறது.
காத்திருத்தலில்
புலியின் பின்பாகம் மட்டும்
பிறந்திருக்கிறது.

ஜோசியர் மூக்குக் கண்ணாடியைச் சரி
செய்தபடி கூர்ந்து நோக்குகிறார்
ஜாதகக் கட்டங்கள் அகன்று விரிகின்றன
முன்னால், அவர்கள்
செயலற்று அமர்ந்திருக்கிறார்கள்
நடுவில்

கொண்டு வந்திருந்த வெற்றிலை,
ஓரங்கள் திருகி
தன்மேலேயே நடக்கத் தொடங்கிவிட்டது.

அவன் மனைவி இறந்துவிட்டாள்
ஒரு மாதமாக வீட்டைவிட்டு
வெளியே வரவில்லை.
அவள் இப்பொழுது
எங்கே இருக்கிறாள்
என்று தெரிய வேண்டும்
வேப்பிலை அடிக்கிற இடத்திலும், இன்டர்நெட்
சாலைகளிலும் திரிகிறான்
வழியில்
மூத்து, வயதான
ஆலமரத்தில்
கடுஞ்சிவப்புப் பழங்கள்
தோன்றியிருந்தன.

▲

உதய நரையாளின் மதியம்

உன்னுடைய நிலையம் மகிழ்வாக இல்லை.
தினந்தோறும் கடினமான சின்ன நிகழ்வுகள்.
உன் தோல் தடித்த வீரன் சந்தையில் தங்கிவிட்டான்
ஒருவேளை, அங்கு, கடுமையாக உழைத்தும்
தோற்கடிக்கப்பட்டிருக்கக்
கூடும்
சந்தர்ப்ப வசத்தில் தொடர்கிறது, அன்பின் விரிப்பு
யாராவது, என்ன நடக்கிறது என்று
சொல்லமாட்டார்களா என
உடல் மெலிகிறாய்
கைக்குள் அடங்கி அடங்காத பஞ்சைப் போல்
அலுவல் வெளிகளில் திரிகிறாய்
உன் உதயநரையில் ஊர்ந்தபடி, திகைக்கிறது
கண்கள் மட்டும் உள்ள பூச்சி
கொதிக்கிற மூச்சை மீண்டும் மறைத்தபடி
துணிகளைத் தண்ணீரில் ஊற வைக்கிறாய். மதியம்
கூட இருக்க முடியாத அம்மாவைப் போல், உன்னை
வருடிச் செல்கிறது.

இரண்டாயிரம் வருடங்களாக

இரண்டாயிரம் வருடங்களாக
துள்ளிக் குதிக்கும்
குட்டி மான்கள்
சாலையைக் கடக்க எத்தனித்தன.
ஆம்னி பஸ்
லாகவமாய்க் கடந்து சென்றது.
அவை பஸ்ஸில் ஏறக் கோரவில்லை
தாண்டிச் சென்ற
ஜீப் அதிகாரிகள்
மீண்டும் ஒருமுறை
திரும்பிப் பார்த்தனர்
அவர்கள்
சாவு மான்களை
வண்டியில்
அடைத்தனர்.
மறைவிலிருந்தபடியே தோன்றிக்
கொண்டிருக்கும்
குட்டிமானின்
வெண்புள்ளிகளை
செம்புலப் பெயல் நீரார்
சேகரித்தார்.
அவற்றை
அவர்
தம் குழந்தைகளுக்காகக்
கொண்டு சென்றார்.

மின்கோபுரங்கள் நனையும்
மழைவழியே அவர்,
நனைகையில்,
பிஞ்சுமான்கள் தவிர
அங்கே வேறு யாரும்
இல்லை.

அவை
அவரைப் பார்த்து
நீந்தி
வரத் தொடங்கின.
வெண்புள்ளிகளிடமிருந்து
குழந்தைகள்
சேகரித்த
மான்கள் அவை.

▲

537 வருடத்திற்கு முன்

537 வருடத்திற்கு முன்
குளத்தில் மூழ்கிய,
விலங்கு
எட்டிப் பார்க்... கிறு...
கின்று... ஆநின்று,
மாறிக் கொண்டே,
ஞாபகம்
எப்படியோ,
அப்படியே.
அப்படியா!
ஆழத்தில்
அவிழ்ந்துகொண்டிருக்கும்
முலைப்பால்
எதன் நடுவிலோ
மறைகிறது.
எப்பொழுது
ஒரே மாதிரி நள்ளிரவு
ஒரு பொருளும் தெரியவில்லை
பகலைவிட வலிமையான
அலறல் வழிந்தோடுகிறது
விலங்கின்
சிறு வாலசைவில்
உன்னை நனைக்கிறது,
தண்ணீரில் கலையும் தண்ணீர்

கண்ணகி சிலையை

கண்ணகி
சிலையை அகற்றுகிறார்கள்
தேர்ந்த பொறியாளர்கள்.
உயர்நுட்ப எந்திரங்கள்.
அவசரமான அரசாணை.
அரவமில்லாமல் நடக்கவேண்டும்
சிலையை ஏந்தி
வேலை முடிந்தது.
ஓசையில்லாமல்
வண்டி நகர்ந்தது.
கேட்கத் தொடங்கியது
சிலம்பின் சப்தம்.

மழையைப் பற்றிய

மழையைப் பற்றிய எல்லாக் கவிதைகளையும் நீங்கள்
படித்திருக்க மாட்டீர்கள்.
மழைக்கவிதைகளைப் படிக்கையில் நீங்கள்
எழுதியவனைப் பற்றியும்
உங்களைப் பற்றியும் தெரிந்துகொள்வதோடு
மழையைப் பற்றியும்
ஒன்றும் தெரிந்துகொள்ளாமல் போகிறீர்கள்.
தாள்களை நனைக்காமல் பெய்கிறது மழை.
எனினும் தாள்களில் தேங்கி நிற்கும் மழை நீரில்
உங்கள் கணுக்கால் வரை மறைந்திருக்கிறீர்கள்.
கவிதைக்கு வெளியேயும்,
மழையைப் பற்றிப் பேசிக்கொள்கிறார்கள்
மழை எப்படியெல்லாம் பெய்யாமல் போகிறது என்று.
மழையை வழியனுப்பிய அந்தக்கால சடங்குகள் பற்றி
அதற்குரிய தெய்வங்கள் பற்றி
மழை மட்டுமா போச்சு என்று
சிறகி நாரை கொக்கு முக்குளிப்பான்
உள்ளான் நீர்க்கோழி பனங்காடை எல்லாம்
எங்கே போச்சு.
அவை மீனைத் தின்கின்றன.
மீன்கள் இல்லை
"காடுகளில்
மரபுத் தான்யங்கள் போய்
ஒட்டுத் தான்யங்கள் வந்துவிட்டன
பறவைகள் எல்லாம் எங்கே போச்சு
வடக்கேயா மேற்கேயா"
அவர்களுக்குத் தெரியவில்லை.
கவிதைக்கு வெளியே
மாடுகளை விற்க
ஓட்டிக்கொண்டு போகிறார்கள்

கவிதைக்கு உள்ளே,
காலித் தொழுவங்கள்.
இன்னும் கொஞ்ச நாளில்
அவர்களும் காணாமல் போய்விடுவார்கள்
வடக்கேயோ மேற்கேயோ சூன்யத்திலோ
பெய்யாத
மழைக்கவிதையின் நிர்வாணத்தில் நீங்கள்
கணுக்கால் வரை கூட மறையாமல்
தெரிகிறீர்கள்

▲

தரையிலிருந்து

தரையிலிருந்து ஒருபோதும்
எம்பியதில்லை எலி
தப்பிக்கிறது
பம்முகிறது
பரபரவென்று துளையிடுகிறது
அடிவாங்கி
கடிவாங்கி
கிழிகிறது
முகத்தில், நகராமல்
ஊரெங்கும்
நகரும்
இருண்டு இருட்டி மூடிய
என் கண்களுக்கு -
வால் முளைத்தபோது -
தோன்றியிருக்கக்கூடும் அது.

மழை தூறத் தொடங்கியது

மழை தூறத் தொடங்கியது
வானம் இருட்டிக்கொண்டு உறுமுகிறது
இதுவரை இறந்தவர்களும்
இதுவரை பிறக்காதவர்களும்
மழை ஓசையில் மூழ்கியபடி
போகிறார்கள், வருகிறார்கள்.
பஸ் நிலையத்தில்,
அடர்த்தியான மஞ்சள் சேலை
அணிந்தபடி
கண்ணாடியைச் சரிசெய்து கொண்டிருக்கிறாள்
33 வயதுப் பெண்.
அவளைத் தவிர
இப்போது
வேறு சூரியன் இல்லை.

மரணத்தின் புதிய செடி

மரணத்தின் புதிய செடி முளைத்துவிட்டது
இன்னும்
வண்ணத்துப் பூச்சிகள் எதுவும் அதைப் பார்க்கவில்லை
அப்பொழுது -
அந்திமாலை அதிகாலை
நள்ளிரவு நண்பகல்
ஒரே வேளையில் இருந்தன.
செடிக்கருகில் எப்போதும் சில பெண்கள் நின்று
பேசிக்கொண்டிருக்கிறார்கள்
ஒரே மாதிரி வெவ்வேறு வயதுள்ள பெண்களும்,
வெவ்வேறு மாதிரி ஒரே வயதுள்ள பெண்களும்.
அவர்களது விரல்கள் சும்மா இருக்கவில்லை
தலையைச் சொறிந்துகொள்கிறார்கள்
முந்தானையைச் சரிசெய்துகொள்கிறார்கள்
தோழியின் தோளைத் தொட்டுக்கொள்கிறார்கள்
முகவாய்க் கட்டையில், இணைகின்றன, விலகுகின்றன
அவர்களது
மூட்டை முடிச்சுகள்
பீரோக்களில்
சாலைக் குடிசைகளில்
கப்பலின் கீழறைகளில்
நள்ளிரவுப் படகுகளில்
சிதறிக் கிடக்கின்றன
தாங்க முடியாததைத்
தாங்கும்போது - அவர்களுக்கு -
மூன்றாவது கண்
முளைக்கிறது
அதில்
ததும்பி வழிவது
கண்ணீரோ
நெருப்புப் பொறியோ அல்ல.
இளைத்த ருசியோடு,
பால் வாடை.

நன்றி

நன்றி . உன் பரிசுப் பொருள்
எனக்குப் பிடித்திருக்கிறது.
எவ்வளவு அழகான
மேஜை விளக்கு அது.
ஒற்றைக்கால் கொக்கு.
வழுவழுப்பு.
ஸ்விட்ச்சைத் தொட்டதும்
தொலைவைத் தொலைத்த
நிலவொளி
மேஜை எங்கும் பரவுகிறது.
விரல்களில் நான் பிடிக்கும்
பேனா புத்தகம் தண்ணி டம்ளர்
தொலைவில்
அதிதொலைவில்
முளைவிடுகிறது.
முலை உண்ணும் குழந்தையை
முகர்ந்த படி,
தூங்கிக்கொண்டிருக்கும்
காதலாளின் கதவுகள்
சப்தமற்று திறக்கின்றன.
நீ
பரிசளிக்கா விட்டால்,
பல்ப், ஒயர்களைத்
தினசரி
துடைத்துக்
கொண்டிருக்க மாட்டோம்,
தினசரியால்.

எதிர் பிளாட்பாரத்தில்

எதிர்
பிளாட்பாரத்தில்
இறந்து
இருண்டு கிடக்கும்
எலியின்
வாலருகே
மினுங்கிக்கொண்டிருக்கிறது -
அன்பைவிடச்
சிறந்த உணர்ச்சி ஒன்று
க்ளிங் ளிங் ஓசையோடு.
சாலையில் கால் வைக்கமுடியவில்லை
முன்னும் பின்னும்.
முரட்டு வாகனங்கள்
இடைவேளை இன்றி
ஒரு நாள்
ஒரு நூற்றாண்டு
பல நூற்றாண்டுகள் -
திடீர் இடைவெளியில்
குறுக்காக ஓடி,
ஏறினேன்.
எதிர் பிளாட்பாரத்தில்
தவறிக் கிடக்கும்
நீர்த் தாவரத்தின்
கசிவில்
மினுங்கிக்கொண்டிருக்கிறது,
அன்பை விட
சிறந்த உணர்ச்சி ஒன்று
க்ளிங் ளிங் ஓசையோடு.

ஆட்கொல்லிகளால்

ஆட்கொல்லிகளால்
திறக்க முடியாத
சிப்பி ஒன்றில்
வீடு, மாற்றிக்கொண்டேன்
ஒரு
அறிவிப்பற்ற வேளையில்
ஒரு
உயரமான நாரை
என்னைத் திறந்து
தின்னும் போது
அதன்
ஆரஞ்சுக் கால்களில்
படிக்கத் தொடங்குவேன்,
மரணத்திற்கு அப்புறம்
எப்படி நடந்துகொள்வது என்று.

எத்தனை தடவை

எத்தனை தடவை சாவியைத் தேடியிருக்கிறாய்
எத்தனை தடவை பேனாவை,
கண்ணாடியை
அடையாள அட்டையை
உன்
தேடலோஓ தேடலின்
பயணக்கட்டுரையின் தாள்கள்
தரையை ஒட்டி தாழப் பறந்து
கொண்டிருக்கின்றன.
ஆளற்ற
கறுப்பு நிசியில்...
ஓடிப் பிடித்து விளையாடியபடி
ஓடிப் பிடிக்காமல் விளையாடியபடி.

▲

குழாய் கீறி

குழாய் கீறி
தெருவெல்லாம்
தண்ணீர்.
குதித்துக் குதித்து
கும்மாளமிடுகின்றனர்
குழந்தைகள்.
கால் சுத்தமாச்சு.
சட்டை அழுக்காச்சு.
நீரில் தெரியும்
மேகங்கள் கட்டடங்கள்
முகங்களை விலக்கி
தண்ணீர் குடிக்கும்
நாயின் கவிதைகளை
என்
வாய்மொழியில் எப்படி
மொழிபெயர்ப்பேன்.

நீ பார்த்தாயா

நீ பார்த்தாயா,
என்
தூக்கத்தின் டைரியை.
அதில் என்
அடையாள அட்டை
தொலைபேசி எண்கள்
சில கணக்குகள்
குறித்து வைத்திருந்தேன்
அதற்காகவெல்லாம்
தேடவில்லை அதை.
ஒரே நேரத்தில்
நான்கு திசைகளிலும்
ஊர்ந்து கொண்டிருக்கும்
பாம்பு ஒன்றின்
படத்தை , அதில்
ஒட்டி வைத்திருக்கிறேன்.
அதைப்
பார்க்க வேண்டும் போலிருக்கிறது எனக்கு.

அவன் யார்

அவன் யார்
   வரப்பில்
   பூச்சி மருந்தைக் குடித்து
   கருகிய பயிர்நடுவே கிடப்பவன்
அவன் யார்
   கால்களைக் கயிற்றால் கட்டி
   கடன் பத்திரத்தோடு
   கிணற்றில் குதிப்பவன்
அவன் யார்
   நாய்கள் சாப்பிடுகிற மிச்சத்துக்கு
   குப்பைத் தொட்டி அருகே
   குந்தி இருப்பவன்
அவன் யார்
அவன் பெயர் என்ன
அவனது உலகம் எது
அவனது பிரபஞ்சம் எது
அவனது
தோற்றத்தையும் மறைவையும்
எப்படிப் பொறிப்பீர்கள்
அழிந்து கிடக்கும்
அவன்
அடையாள அட்டையை
எப்படி வாசிப்பீர்கள்.
அவனது விரல் கோடுகளிலிருந்து
தொடங்கும் வானவில்
என்னை நோக்கி
வந்துகொண்டிருக்கிறது.

திடுக்கிட்டபடி

திடுக்கிட்டபடி
திரிகிறது -
தெருவில்
சாலைகளின் வரைபடம் ஒன்று
கந்துவட்டிக் காரனுக்கு
அஞ்சியபடி
தெருக்கூட்டும் காளியம்மாள்
எட்டிய வெளியைப்
பார்த்தாள்
காதலின்
சுழல் பாதையில்
வந்து, விழுந்துகொண்டிருந்தது
ஒரு
தங்க இலை

எங்கள் குடும்பத்தில்

எங்கள்
குடும்பத்தில்
35 பேர் இறந்திருக்கிறார்கள்
.....

ஏழு வயதில்
பள்ளி விட்டு வந்த நடுமதியத்தில்
ஆள் யாரும் அற்ற, என் வீட்டை
முதல் முதலாய்
பார்த்தேன்
பக்கத்துத் தெருவில்
பெரியப்பா இறந்த
மரணம், இங்கே
பாய்ந்திருந்தது.

36ஆவது உயிராக
புற்று நோயில்
இறந்த என்
தங்கை வீட்டில்,
நிறைய கூட்டம்
சின்னவீடு என்பதால்
நிற்கக்கூட முடியவில்லை.
இப்போதும்,
இது ஆள் யாரும் அற்ற வீடு
நான்
7 வயதை
எப்பவோ
கடந்த

7 வயது
மத்தியானப் பையன்.
யூனிஃபார்மோடு,
எங்கள் குழந்தைகளின்
விளையாட்டுக் கூச்சல்கள்.
அவர்களது
விளையாட்டுக் கேள்விகளிடையே
ஒரு
வெப்பமான சர்ப்பம்
சரசரவென்று
நகர்கையில்
ஒரு பூச்சி
குறுக்காகப்
பறக்கிறது.

▲

பழைய புத்தகக் கடையில்

பழைய புத்தகக் கடையில்
என்
கவிதைப் புத்தகம்
ஓரங்கள் கிழிந்து
அங்கங்கே அரித்து -
எவ்வளவு அழகு.
புதைவிலிருந்தபடியே
வெளியே தெரியும்
கடல்செடி போல -
எவ்வளவு நிசப்தம்.
இப் புத்தகம்
உபயோகமில்லை என்று
எப்போது தெரிந்துகொண்டான்,
அவ் வாசகன்.
உதிர்ந்த இலைகளைப்
புலி ஒன்று
பார்த்துக்கொண்டிருப்பது போல்
என் புத்தகத்தை
இப்போது
யார்
வாசித்துக்கொண்டிருக்கிறார்கள்.

பால்வடியும்

பால் வடியும் முகம் கொண்ட ஏழுவயதுப் பாலகன்.
குடுகுடுப்பைக்காரன். அவனது குட்டிக் கை
குடுகுடுப்பையை
லாகவமாய் அசைத்து அசைத்துப் பேசுகிறது. அவனது
மெல்லிய குரலில் அடுத்தடுத்து
துளிர்த்துக்கொண்டிருக்கும்
வார்த்தைகளை தானியத்தைப் போல்
எடுத்துக்கொண்டிருக்கிறாள்
குண்டுப்பெண். ஊரைவிட்டு ஓடிப் போன அவள்
மகன்
இப்போது எங்கிருக்கிறான். கடன்காரர்கள் தூண்டிலில்
மாட்டாதிருக்க வேண்டுமே, அவளது காதுகள்
பாலகனின் ஒவ்வொரு வார்த்தையிலும் ரகசிய
சமிக்ஞைகளைப் பரபரப்போடு தேடுகின்றன.
அவளுக்குப் பின் ஒரு வெள்ளைநிற நாய்
குரைக்காமல் நின்றுகொண்டிருந்தது. அவனது
கண்கள் தாமே விரிகின்றன.
அதன் வாலை ஆட்டிக்கொண்டிருப்பது யார்

கடவுளின் ஆப்பிளை

கடவுளின் ஆப்பிளை
ஏவாள் அழித்தாள்.
ஏடன் ஜெயிலிலிருந்து
தப்பித்து ஓடினாள்.
வழியில்,
உன் அம்மா யாரோ
என் அம்மா யாரோ
என்னையும் உனக்குத் தெரியாது
உன்னையும் எனக்குத் தெரியாது
என்று கலந்தபடியே
ஆதிமனிதன் காமுற்றான்.
தாலி கட்டினான்,
ஒவ்வொரு இடத்திலும்
ஒவ்வொரு நேரத்திலும்.
அவள்
பிரசவ அலறலுக்குத்
தொடை நடுங்கினான்
குழந்தையின்,
கா
காப்பாற்றுங்கள்
கா கா
கரைதல்கள்
எங்கிலும் விழுந்து
வேர்களாயின.
வேரில் பழுக்கின்ற
அமானுஷ்ய மனிதன்
குழந்தையின்
தலையைத் தாங்கினான்
தொப்புள் கொடி நீக்கினான்
மிருதுவாய் அவள்
நெஞ்சருகில்
படுக்க வைத்தான்
இருவரையும்
தூக்கம் தழுவ
தாலாட்டு பாடுகிறான்
கா
கா

இன்னும் தாதி கழுவாத

இன்னும்
தாதி கழுவாத
இப்பொழுதுதான் பிறந்த குழந்தையின் -
பழைய சட்டை என்று ஏதும் இல்லை
பழைய வீடு என்றும் ஏதும் இல்லை
மெல்லத் திறக்கும் கண்களால்
எந்த உலகை
புதுசாக்க வந்தாய், செல்லக்குட்டி. அதை
எப்படி ஆக்குகிறாய், என் தங்கக்குட்டி

சிறு கிளைகளிலிருந்து

சிறு
கிளைகளிலிருந்து
இலைகள்
உதிர்ந்து
கொண்டிருக்கின்றன
அதன்
சுழல் மொழி
மழலையில்
மெல்ல
என்னுள்
திறக்கிறது
நீலப்பரவசம்
அது
மூடும் போது
எப்போதும் நீ
உள்ளே
வந்துவிடுகிறாய்

பெதும்பை எனும்

பெதும்பை எனும்
பொற்காசு
சுழன்று விழ
எடுத்தேன்
அதன்
சுழலும் பொன்னொளியில்
சுழற்சியைக்
கற்றுக்கொண்டன, என்
விழிகள்

ரத்தத்தில்

ரத்தத்தில்
மிதந்து வரும்
பித்தப் பூவைக்
கண்களால் பறிக்கிறேன்
மூச்சுவிடும்
படிகத்தின்மேல்
சுற்றிச் சுற்றி
வரும்
எறும்பு போல்
விளிம்பில்
திரியத் தொடங்குகிறேன்
வரவேற்பறையின்
திரைச்சீலையிலிருந்து
உதிர்ந்து விழும் பூவை
என் மனைவி
பெருக்கித் தள்ளுகிறாள்
அதை வாங்கிக்கொள்கிறது
ஒரு பேய்க்கை
அதைச் சூடிய
கூளி
என்னைத் தொலைபேசியில்
புணர அழைக்கிறாள்
அவள் மார்பில்
தோளில், தொப்புளில்
ரீங்கரிக்கிறது
பித்தப் பூ

ஜன்னலோரம்

ஜன்னலோரம்
பஸ்ஸில்
மறைந்தும் மறையாமலும்
தெரிந்தும் தெரியாமலும்
ஒளிரும் இளம் பெண்ணே
இரண்டாம் தடவையின்
முதல் தடவை அல்ல,
எந்தத் தடவையிலும் இல்லாத
அ தடவையில்
பறந்துகொண்டே நிற்கிறாய்
நின்றுகொண்டே பறந்துவிட்டாய்
ஆவல்
தாங்காமல்
என்
கடிகாரத்தின் இரு சுடர்கள்
உன்னைத் தேடி
நடக்கத் தொடங்கிவிட்டன

இன்று காலை

இன்று
காலை
எண்ணெயாக மாறுகிறேன்.
இந்த விநாடி,
என்னும்
மான்கள்
திரிந்தலையும்
வனப்பாதையில் சுரக்கிறேன்
நான்
பார்க்காத என் உடல்கள்
சில்லு சில்லாய்
சொட்டிக் கிடக்கும்
பிளாட்பாரத்தில்,
ஒரு பெண்,
தோள் -
பட்டுச் செல்ல
எவ்வளவு மிருது
எவ்வளவு மர்மம்

மழையின்

மழையின்
பெரிய புத்தகத்தை
யார் பிரித்துப்
படித்துக்கொண்டிருக்கிறார்கள்
படிக்கட்டில்
நீர்
வழிந்துகொண்டிருக்கிறது

துணி துவைத்து

துணி துவைத்துக் கொண்டிருந்தேன்
காதில் விழுந்தது குருவிகள் போடுகிற சப்தம்
தொடர்ந்து துவைத்துக் கொண்டிருந்தேன்
காதில் விழுகிறது குருவிகள் போய்விட்ட நிசப்தம்
அடுத்த துணி எடுத்தேன்
காதில் விழுந்தது நிசப்தம் போடுகிற குருவிகள் சப்தம்

எப்பவாவது

எப்பவாவது ஒரு
கொக்கு பறக்கும் நகரத்தின்மேலே
என்
கவசமும் வாளும்
உருகி ஓடும்
ஊருக்கு வெளியே

உயிர் பிரிவதற்கு

உயிர் பிரிவதற்கு
எப்போதும் ஒரு நிமிஷம்தான்
இருக்கிறது.

மகிழ்ச்சி துண்டிக்கப்பட்டு
துயரத்தில் சாய்வதற்கும்
எப்போதும் ஒரே நிமிஷம்தான்
இருக்கிறது.

இருட்டு பயம் நிச்சயமின்மை
திகைப்பு இவற்றின் பள்ளத்தாக்கில்
உருள்வதற்கும் எப்போதும்
ஒரு நிமிஷம்தான் இருக்கிறது.

இவ் வொரு நிமிஷத்தில்
அண்டசராசரம் ஆடி
ஒரு நிமிஷம் வளர்ந்துவிடுகிறது

குனிந்து எடுத்தேன்

குனிந்து எடுத்தேன்
வேப்பம் பூ என்னும்
பிரமாண்டமான கோட்டையை
வேறு எந்த
நெடியும்
உள்ளே புகமுடியாத
வீடு
அது.
வாசனை என்னும்
சுரங்கத்தின்
வெளிவழி நோக்கி
ராட்சசக் கழுகொன்று, என்னைக்
கவ்விக்கொண்டு பறக்கிறது.
கோட்டைக்குள்
பார்க்கவென்று
எல்லாம் தெளிவாகத் தெரிகின்றன
காதலின்
நடமாட்டம் ஒன்றைத் தவிர

காற்றில் வாழ்வைப் போல்

காற்றில் வாழ்வைப் போல்
வினோத நடனங்கள் புரியும்
இலைகளைப் பார்த்திருக்கிறேன்.
ஒவ்வொரு முறையும்
இலையைப் பிடிக்கும்போது
நடனம் மட்டும் எங்கோ
ஒளிந்துகொள்கிறது

கைலாசத்தில்

கைலாசத்தில்
புதரோரம்
ஒட்டாமல் கிடந்த
சிவனின் இடது பாகமும்
பார்வதியின் வலதும்
சரிந்து பூமியில் விழுந்தன
சாமிகளின் உடம்பில்லையா
காலங் காலங் காலமாய்
அழுகிக்கொண்டிருக்கிறது
நம் வீடுகளில்

ஏடன் தோட்டத்தில்

ஏடன் தோட்டத்தில்
கிளையொன்றில் அமர்ந்த
குருவிக்கு
நினைப்பில் தட்டியது
அடடே நேற்று இங்கொரு
ஆப்பிள் இருந்ததே
அப்புறம் அதற்கு
மறந்துபோச்சு
▲

எனது சுற்றுச்சுவர்களைப் போல்

எனது சுற்றுச்சுவர்களைப் போல்
வினோதமான வஸ்து வேறெதுவும் இல்லை
சதா நகரும் பூமியில் கால் கொண்டதால் என்னமோ
அங்கும் இங்கும் சதா அலைந்துகொண்டிருக்கிறது
கல்லால் கட்டியுள்ளேன் என்றிருந்த சுவர்கள்
மாவால் செய்தவை போல் நசுங்குகின்றன
தண்ணீரில் செதுக்கிய சிற்பம்போல் ததும்புகின்றன
அலையாடுகின்றன உறங்குகின்றன
சுற்றுச்சுவரின் பேரசைவுகளில்
வீடு மாறும் மாறும் மாறும் காட்சி
யும் வினோதம்
என் கால்மட்டும் நிற்கும் நீள அகலம்
பால் வீதியை உள்வாங்கப் பெருகுகிறது
உலகம் ததும்பும் கிண்ணம் நொடியில் சுருங்கி
கட்டைவிரல் அளவுக்குக்
குட்டையாகிறது
குக்கரும் காலண்டரும்
டி.வி.யும் கிரைண்டரும்
நடுங்கி நடுங்கி குதிக்கின்றன
வீட்டு விலாசம் உன்னால் மட்டுமல்ல
என்னாலும் கண்டுபிடிக்க முடியாதபடி
அழிந்து அழிந்து எழுதுகிறது

அகலத்தில் சிறியது

அகலத்தில் சிறியது
நீளத்தில் குறுகியது. இந்தச் சந்து
பிரதான சாலையிலிருந்து
பல கட்டங்கள் தாண்டியது. முனையில்
வேம்பு ஒன்றும் உண்டு.
சில நாள் காலைகளில்
கிராமத்துவம் தூக்கி எறிந்து
திரிந்தலையும் பருவப்பெண்
வெளிவாசலில்,
முழித்துக்கொண்டு நிற்பாள்
வியாபாரம் நடக்காத
பாத்திர வியாபாரி, வெறும் வயிறோடு
உறங்கிக்கொண்டிருப்பார்
முகவரி இல்லாத பைத்தியங்கள்
மற்றும்
யார்யாருக்கோ கல்யாணமான
காதலர்கள்
மணிக்கணக்கில் பேசி
குனிந்திருப்பார்.
போலீஸ் சீழ்க்கை ஒலியும்
ஹாரன் ஒலியும் வேம்புமைனாவின்
தனிமொழியும் தேங்கியிருக்கும்
சந்திலிருந்து
பிரதான சாலை பல கட்டங்கள்
தாண்டியுள்ளது

கடவுள் விடுகிற மூச்சைப்போல்

கடவுள் விடுகிற மூச்சைப்போல் காற்று வீசும்
கரிசல்வெளி
வெயிலின் சமுத்திரத்தில் யாவும் முங்கிய நிசப்தம்
கருஞ்சாம்பல் மண்பரப்புக்குள் மெல்ல முனகும்
சிருஷ்டிகரம்
தொலைதூரத்து எந்திரம் ஒன்றின் குதுகுதுகுது மந்திரம்
பருத்தி பறித்து மடித்துணியில்
துருத்திக்கொண்டிருக்கும் பார்வதி
அவளோடு சேர்ந்து குனிந்திருக்கும் அத்துவான வெளி
யாரும் அழைக்காது திரும்பிக்கொண்டிருக்கும் காலம்

வாசற் பெருக்கி

வாசற் பெருக்கி
நீர் தெளித்து
விளக்கேற்றி
சாயங்காலத்தின் ஆற்றங்கரையில்
படிக்கட்டில்
அமர்ந்திருக்கும் பெண்ணே
உன் விழிகளைக் கடந்து
செல்லும் வாகனங்கள்,
செம்மண்நிற நாய்,
ஓசைகள்
உன்
கண்களின்
உள்ளே
நடந்து
மறையும் கிறக்கத்திலா
மோவாய்க் கட்டையில்
கை வைத்திருக்கிறாய்
நீ
தடுக்காது
காற்றில் சுழல விட்ட
உன் காதோர முடிச்சுருள்
கொண்டாடுவது, அந்தத்
திருவிழாவையா

முடிச்சுகளை

முடிச்சுகளை அவிழ்க்க முடியவில்லை
பூட்டைத் திறக்க முடியவில்லை
உடைவாள்கள் நழுவுகின்றன
உன்னைத் தொட வந்தால், நீயும் தள்ளித் தள்ளிப்
போகிறாய்
என் கைகள்
பிசுபிசுவென்றிருக்கின்றன
நிறமற்ற
நாற்றத் திரவத்தில்
என் விரல்களை, தன்
நாவால்
கவ்விக்கொண்டிருக்கிறது
கை கால்கள்
அற்ற பூனை
நீ
தூங்கா விட்டால்
அதன் வலிப்பாடல்களை உன்
கூரை முகட்டில் கேட்கலாம்
ஒரு வேளை
நீ தூங்கிவிட்டால் அதன்
கேவல்
மூச்சில்
மலைகள் அசைவதில்
புதைந்து போகலாம்

பக்கத்தில் பக்கத்தில்

பக்கத்தில் பக்கத்தில்
நின்றுதான் பார்க்கிறோம்
எனக்குத் தண்ணீர்
ஏசுநாதனுக்குச் சாராயம்
என் கண்களில் காலிப்பானை
மணிமேகலை கண்களில் சோத்துப்பானை
பக்கத்தில் பக்கத்தில்
நெருக்கித்தான் பார்த்தோம்
என் கைகளில் சின்ன அப்பம்
ஏ'னா நா'னா கைகளில் பெரிய அப்பம்
அப்போ, அண்ணாச்சி
பக்கத்தில் பக்கத்தில்
பக்கத்தில் இல்லையா
ஓடும் சக்கரத்துக்கும்
தண்டவாளத்துக்கும்
உள்ள தொலைவா

கடைசியாக

கடைசியாக
எப்பொழுது
தண்ணீர் குடித்தாய்
அதைத் தொடும் பொழுதும்
தூக்கும் பொழுதும்
செல்லமகளைப் போல்
கூட வந்ததா
தண்ணீரில்
வானவில் என நீ நுழைகையில்
அது
குதித்துக் கும்மாளமிட்டதைக் கேட்டாயா
பஸ்ஸில்
போலீஸ்காரர் நடுவே
கைவிலங்கிட்டு அமர்ந்திருக்கும்
இளங்கைதியின்
கண்கள்
வருடிக்கொண்டிருக்கின்றன,
மூடிய பானையை
மூடாத தண்ணீரை

சத்தம் கேட்டு

சத்தம் கேட்டு
எட்டிப் பார்த்தனர்
டார்வின், கடவுள்
நான் கனவு
நான் கனவு, என்று கத்தியபடி
என்று ஓடி வருகிறான்
ஒருவன்
நீளம் காணமுடியாத
ஒலிநாடா ஒன்று
அவன் கோமணம் என
கூடவே வருகிறது
சற்று
வழிவிட்டுத்
தள்ளி நிற்கின்றனர்
107 வயதுச் சிறுமிகள் இரண்டு பேர்
ஒருவேளை, அவன்
அவர்களை
இடித்துவிட்டால், அவ்வளவுதான்
வெடித்துச் சிதறப் போகிறது
ஆதியிலே இருக்கும் வார்த்தை

ஒரு டினோசாரை

ஒரு டினோசாரை நெருங்குவது எப்படி
ஒட்டிக்கொண்டு நின்றால்
கட்டை விரல் நகம் குடை பிடிக்கும்.
வாலும் தலையும் எங்கோ பலகாதத்தில்.
முதுகிலிருந்து பார்த்தால்
அடிவயிறும் பிறப்புறுப்பும்
அதலபாதாளத்தில்.
காதிலிருந்து கால் விரல்கள்
காணாத தூரத்தில் . . .
ஒரு டினோசாரை நெருங்குவது எப்படி
அது நம்மை
நெருங்கச் செய்வதுதான்

ஹேய், ஜாலி

ஹேய், ஜாலி, எந்தக்
கேள்விக்கும் விடையில்லை
எந்தக் குடையும் மழையை
நிறுத்தவில்லை, ஓகோய்
ஊறுகாய் ஆனால் கோடலியில்லை
உடைத்த கண்ணாடி சாவதில்லை
ஹைய்யா, குருவிகளென்றும்
மலையைப் புரட்டியதில்லை . புர்ர்ர்.
புர்.புர்.
ஆனால் அதோ பாரு அதோ பாரு
குருவிகள்
மலையைத் தாண்டுது பாரு

பற்றி எரியும்

பற்றி எரியும்
வெள்ளை நெருப்பு என
அவிழ்கிறது குவிகிறது
மூதாட்டியின் தலை
அம்மணத்தை
வேறுவழியில், கடந்த
அவள் சேலை
தரையில்
வெகுதூரம் நெளிகிறது
அம்மி
உரல்
திருகை என்னும்
கல்லின் மகள்களான அவள்
விரல்களில்,
பால் கட்டிப்
படர்கிறது காணாமையின் வலி.
உணவின்
சிறு ஊற்றில்
அவள்
கண்டுபிடித்த கடல்
சமையலறைக் கிண்ணங்களில்
ததும்புகிறது
நெடி அடரும் பிரசவ அறைகளில்
சாவு மறைந்த தடங்களில்
மறையாமல் போய்க்கொண்டே இருக்கிறது
அவள்
ஓட்டிச் செல்லும் வண்டி
குப்பைக்குக் கீழ்
குப்பையாக இல்லாத
தரையில், அவள்
அசந்து படுக்கும்போது
தலைக்கு அணைவாய்
வருகிறது, ஒரு
உப்பு மரக்கல்

நினைவுகளின்

நினைவுகளின்
நதிக்கரையில்
இரு
காதல் புலிகள்.
மிருதுவாய்
மெல்ல
ஒன்றையொன்று
சுவாசித்து,
புத்தகத்தை
வைத்துவிட்டுப் போகின்றன.
அலையின்
கரங்களுக்கு
எட்டாதபடி
எப்போதும்
தள்ளியே கிடக்கிறது அவ்
அபுத்தகம்

▲

எனக்கு வயது இருபது

எனக்கு வயது இருபது
இதுவரை
நான்
தாஜ்மகாலைப் பார்த்ததில்லை
எனினும் கட்டும் முன்
சென்று வந்துள்ளேன்
ஊர் சுற்றி ஒருவன்
சொன்னான்;
அது உன் கால்களில், கண்களில்
மிதந்துகொண்டிருப்பதாய்
உன் செருப்பைக்
கழட்டிப் போடும் இடத்திற்கு
அடுத்ததாய் அது இருப்பதாய்.
ஒருவேளை, நான் காண நேர்ந்தால்,
இன்றிலிருந்து பிரியும் அந்திவேளையில்
ஒரு வெள்ளைக்காரன்
அதிசயிக்கும்
மின்மினியில்
ஒட்டிக்கொண்டிருக்குமோ என்னவோ

தரை

தரை
சாலைகள்
நன்கு காய்ந்துவிட்டன
மழை நிற்காமல்
பெய்துகொண்டிருக்கிறது
வனாந்தரங்களில்
வயற்காடுகளில்
பூந் தொட்டிகளில், பச்சைத் துளிகளென.
நீர் ஓசைகளில்
அடுத்தடுத்துக் கேட்கிறது
தள்ளவும் முடியாமல்
புழுக்கள்
நுழைந்துகொண்டிருக்கும்
கனிகளின்
அலறல்
......
அலறல்
▲

சாவாமையின்

சாவாமையின் வரைபடம் கிடைத்துவிட்டது
மேஜையில் விரித்துக் கையூன்றிப் பார்க்கின்றேன்
அருகில்
இரும்பின் பாடலைப்
பாடிக்கொண்டிருக்கும்
சாவியை
உலோககால மனிதன்
முணுமுணுத்துக்கொண்டிருக்கிறான்.
மூடியிருக்கும் தம்ளரில்
பிரளயத் தண்ணீர்
திறந்து வைத்திருக்கிறது, தன்
வரைபடத்தின்
கோடுகள்
ஊர்ந்துகொண்டும்
ஓடிக் கொண்டுமிருக்கின்றன
எப்படித்தான்
பயணத்தைத் தொடங்குவது
எரிச்சலில்
படத்தைத் தூக்கி
எறிகிறேன்.
தாள்
வெளியிலும்
கோடுகள், என்
தலையிலும் விழுந்துகொண்டிருக்கின்றன

என் மனச்சுனையின்

என்
மனச்சுனையின் ஆழத்தில்
சில கற்கள்
கிருஷ்ணபகவானின் எலும்புகள் என்பர் சிலர்.
குரோமகன்னன் பொம்பளையின் முட்டுத்துணி
என்பாரும் உளர்.
பார்த்துக்கொண்டிருக்கையில்,
தலை,
ஆழத்தில் உருள உருள -
அந்தமட்டுக்கும்
சீப்பு வாங்கும்
செலவு மிச்சம் எனக்கு

▲

சாய்வாக

சாய்வாக
நான் எறிந்த
ஓட்டுச்சில்
நடனமாடுகிறது தண்ணீரில்
அந்தச் சின்ன விநாடியில்
என்னோடு சேர்ந்து
எல்லாக் காடுகளும்
அதைப் பார்த்துக்கொண்டிருக்கின்றன
தண்ணீரே! தண்ணீரே
உன்னைத்
தொட்டுத் தொட்டுப் பறக்கும்
கல்பூச்சியின்
கல்லைத்தான்
உன்னால் பிடிக்க முடியும். அது,
உன்மேல் தூவிய
எழுத்துக்களை
என்ன செய்ய முடியும், உன்னால்
என்ன செய்ய முடியும்

நாற்பது வயதில்

நாற்பது வயதில் நீ நுழையும் போது, உன்
ஒப்பனைகள் ஆடைகள் மாறுகின்றன
சட்டையை தொளதொளவென்றோ
இறுக்கமாகவோ போடுகிறாய்
தலைமுடியை நீளமாகவோ
குறுகவோ தரிக்கிறாய்
உன்னிடமிருந்து பறந்து சென்ற
இருபது வயது என்னும் மயில்
உன்
மகளின் தோள் மீது
தோகை விரித்தாடுவதை
தொலைவிலிருந்து பார்க்கிறாய்
காலியான கிளைகளில்
மெல்ல நிரம்புகின்றன,
அஸ்தமனங்கள்,
சூரியோதயங்கள் மற்றும்
அன்பின் பதற்றம்

வெளிக் கதவு திறந்து

வெளிக் கதவு திறந்து
உள் கதவைத் திறந்து
அறைக்கதவைத் திறந்து
பீரோ திறந்து
ரகசியச் சிற்றறை திறந்து
பெட்டியை எடுத்தேன்
மணம் வீசிக்கொண்டிருக்கிறது
கருநாவல் பழம் ஒன்று
பிசுபிசுவென்று.
கபாடபுரத்தின்
சுடுகாட்டு மரத்தில்
பறிக்கையில்
ஒட்டிய
தூசு தும்பட்டையுடன்

ஆற்றைக் கடந்து செல்லும் காகம்

ஆற்றைக் கடந்து செல்லும் காகம்
களைத்திருப்பது போல் தெரிகிறது
ஞாபகத்தின் அமிர்தத்தை
தட்டிவிட்ட
சப்தத்தில்
உடல் முழுக்க வெளிறியிருக்கிறது
ஓவியத்துக்கும் தாளுக்கும்
நடுவே உள்ள
இடைவெளியில்
அசைந்தபடி செல்கின்றன
சோர்வுற்ற அதன் இறக்கைகள்

என் அன்பின் சிப்பியை

என்
அன்பின் சிப்பியை
யாரும்
திறக்க வரவில்லை
கடல்களுக்குக் கீழ்
அவை
அலைந்துகொண்டிருக்கின்றன
ஓட்டமும் நடையுமாய்

வரல் ஆற்றின் மீது

வரல்
ஆற்றின் மீது
பெய்துகொண்டிருக்கிறது மழை
வாழ்வின்
கடைசி வாக்கியங்களை
தினசரி
நாலு,
ஐந்து முறை
மாறி மாறி எழுதிக்கொண்டிருக்கிறோம்
ஆங்காரத்தோடு
பெருமூச்சோடு
எல்லா அசைவுகளையும் கடந்துவிட்ட
கிணற்று நீர்
லேசாக சாய்க்கும் போது,
அசைவின்மை கடந்து
அழித்தபடி செல்கிறது
நம் வாக்கியங்களை
நீரில்
குப்புறக் கிடக்கும்
பெண்ணின் சடலத்தின் மேல்
தாவி ஏறி
உட்கார்ந்திருக்கிறது
குஞ்சுத்தவளை

எனக்கு

எனக்கு
ஏழுகழுதை வயசாகியும்
கண்ணாடியை நான்
பார்த்ததில்லை. ஒவ்வொரு
முறையும்
எதிரில் நிற்கையில்
என் முகரக்கட்டைதான் தெரிகிறது.
கண்ணாடியைக் காணோம்
உடைத்தும் பார்த்தேன்
உடைந்த ஒவ்வொரு
துண்டிலும் ஒரு
உடையாத கண்ணாடி
லேசான வெட்கம் எனக்கு
பார்க்க முடியாத
கண்ணாடியைத்தான்
பார்க்க முடிகிறது

வீடு பெருக்கும்

வீடு பெருக்கும் குண்டுப் பெண்ணே
காலையில் கிழித்தெறிந்த காலண்டர் தாள்
நறுக்குகையில் பறந்துவிட்ட வெங்காயத் தோல்
அழைப்புமணி அடிக்காமல் உள்ளே வந்து
பேசாமல் அமர்ந்திருக்கும் தூசி -
குனிந்து, ஒவ்வொரு அடியாய் நடந்து
பெருக்கியபடி
சுத்தமான வீட்டிற்குள் நுழைகிறாய்
தோன்றுதல் என்பது
தோன்றும் முன்
நீண்டு கிடக்கும் சந்தின் வழியே

எனக்கு ஞாபகமுள்ள பௌர்ணமிகள்.

எனக்கு ஞாபகமுள்ள பௌர்ணமிகள் நான்கு.
ஒன்று
எதிர்வீட்டு அம்மாளின்
துஷ்டிக்கு
சுடுகாடு சென்று
திரும்புகையில் பார்த்தது.
நள்ளிரவில்
பஸ் கிடைக்காமல்
லாரி டாப்பில்
பிரயாணம் செய்கையில்
பிரகாசித்தது.
ஐந்து நட்சத்திர ஹோட்டல் வாசலில்
அரசு அதிகாரி ஒருவரைக் காண
காத்திருக்கையில் கண்டது.
இண்டு இடுக்கு
மாடிக்குடித்தனத்தில்
மின்வெட்டு இருள்வேளையில்
ஜன்னல் வழியே
வந்து விழுந்தது

இந்தப் பக்கம்

இந்தப் பக்கம்
நின்றபடி
அக்கரையிலிருந்து
இறங்குகிறேன்,
புத்தகம்
என்னும்
நான்கு கரை ஆற்றில்
வலப்பக்கமும்
இடப்பக்கமும்
எல்லாம் பார்த்துக்கொண்டு
எதிலும் கலக்காமல் நிற்கும்
ஒல்லிப் பனைகள்
வரிசையில்,
விழுந்தபடி
நீளவாக்கில்
வேலிகளாகின அதன்
திண்மையும் மென்மையும்
தொலைவுப் பனைகளை
தண்ணீராய் மாற்றி
சுழித்தோடும் ஆற்றில்
தாகம் தீர்த்து, வெளியேறும்
விலங்குகளை
நீயாவது
பார்த்திருக்கிறாயா . . .
அவ்வப்போது, என்
காதில் விழுகின்றது
அவற்றின்
மிடறு ஓசைகள்
மட்டும்

காற்று ஒருபோதும்

காற்று ஒருபோதும் ஆடாத மரத்தைப் பார்த்ததில்லை
காற்றில்
அலைக்கழியும் வண்ணத்துப் பூச்சிகள், காலில்
காட்டைத் தூக்கிக்கொண்டு அலைகின்றன
வெட்ட வெளியில்
ஆட்டிடையன் ஒருவன்
மேய்த்துக்கொண்டிருக்கிறான்
தூரத்து மேகங்களை
சாலை வாகனங்களை
மற்றும் சில ஆடுகளை

உயர உயர

உயர
உயர
உயரமான
மதுபாட்டில்கள் நடுவே, ஒரு
சின்ன பாட்டில்
காலம் தொடாத
காட்டு யானைகள் நடுவே
ஓடிவிளையாடும்
குட்டியானை

தாளின் இரண்டு பக்கத்தையும்

தாளின்
இரண்டு பக்கத்தையும்
ஒரே பக்கமாகப்
படிக்கும்
வினோத ராட்சசனைப்
பார்க்கப் போனேன்
மீனை
எல்லாத் திசைகளிலிருந்தும்
வாசித்துக்கொண்டிருக்கும்
தண்ணீரில் அவன்
குடியிருப்பதாய்
உப்பு வியாபாரி ஒருவன் சொன்னான்
அதோ,
தெரிகிறது
கண்ணீர்
துளி
ஒன்றில்
திறந்து கிடக்கும், அவன் வீடு

வேப்பிலையின்

வேப்பிலையின்
நரம்பினுள்
மிதந்து செல்லும் கப்பலில்
ஒரே ஒரு பயணி
மருட்சியுடன்
ஒரு
சின்ன
வேப்பங்
கன்று

ஒரு இடையன்

ஒரு இடையன்
பத்துப் பனிரெண்டு ஆடுகள்
ஒரு இடையன்
பத்துப் பனிரெண்டு ஆடுகள்
ஆனால்
எண்ணிலிறந்த தூக்குவாளிகள்
எண்ணிலிறந்த மழைகள்
எண்ணிலிறந்த தலைப்பாகைகள்
எண்ணிலிறந்த காற்றுகள்
எண்ணிலிறந்த தொரட்டிகள்
எண்ணிலிறந்த பகல்கள்
ஒரு இடையன்
பத்துப் பனிரெண்டு ஆடுகள்
ரயில்வே கேட் அருகில்
எப்படா திறக்குமென்று

குளியலறையில்

குளியலறையில் பலபொருட்கள் பயணம் செய்கின்றன
சோப்பு
தொட்டி
கொடி
கொடியில் சில துணிகள்
தரையில் சில
குழாய்
திறக்கையில்
வரத் தொடங்கி
வந்துகொண்டேயிருக்கும்
தண்ணீர்
மற்றும்
என் எண்ணங்கள்
ஒன்றுக்கொன்று
அருகாமையிலும்,
சில தொலைவிலும்

பெண் என்ற சொல்லே

பெண் என்ற சொல்லே
கேள்விப் படாத பெண்ணே
உன்
ரோமவனத்தின்
சயனம் கலைந்து
தொடங்கியது நடனம்.

சாலையில் காற்று சற்று
பலமாகத்தான் வீசுகிறது.
பாலிதீன் பைகள்
பழுப்புத் தாள்கள்
உயர எழுகின்றன.

சாலையில் காற்று சற்று
பலமாகத்தான் வீசுகிறது.
தெருக்கள் தெருக்கள்
பறந்து போகின்றன
காணாமல் போகாமல்.

ஒரு சிறு
புளியம் பூ உதிர்ந்து
இரண்டாக உடைந்த
வரிக்குதிரை
தலை தெறிக்க ஓடுகிறது
முன்பக்கம் ஒரு திசையிலும்
பின்பக்கம் வேறு திசையிலும்

தண்ணீர் என்னும்

தண்ணீர் என்னும்
வழிப்போக்கன்
டைரியில்
குறித்துக்கொண்டான்:
கண்மாய் நடுவே
உலகின் முதல் நாளில் ஒரு நுனியும்
கடைசி நாளில் மறுநுனியும், கட்டி
சேலை
காய வைக்கும்
பெண்ணை, கண்டேன்.
பஸ்ஸில்
பார்த்தபடி செல்லும்
பல ஆயிரம் கண்கள்
பறித்துப் பறித்து
சூடிச்சூடிச் சென்றபின்னும்,
மேல் காற்றில்
அசைந்தபடி
நிற்கிறது அந்த
தீராத மலர்

பழத்தைச் சாப்பிட்டுவிடு

பழத்தைச் சாப்பிட்டுவிடு
நாளைக்கென்றால் அழுகிவிடும்
என்றாள் அம்மா
வாங்கி விண்டு
உண்டேன்
இன்றை

குளத்துப் பாம்பினது

குளத்துப் பாம்பினது
ஆழத்தில்
தாமரைகள் தலைகீழாய் முளைத்திருக்கின்றன.
மத்
தியான வெயிலின் தித்திப்பு.
படிக்கட்டில்
ஓரிரு அரசிலைகள்.
இன்னும் ஆழத்தில்
சாவகாசமாய் ஒரு
விண் பருந்து

உலகம் ஆரம்பிக்கும்

உலகம் ஆரம்பிக்கும் ஓசைகள் கேட்கின்றன
சிலபல
குரல்கள் மோதி
பாறை சிலையாகி
சிலபல
குரல்கள் மோதி
சிலை
பாறையாகி
தெருவில்
ரெண்டு பிள்ளைகளை
சிறகுகள் எனக் கோத்தபடி
செல்லும் பெண்
பள்ளிக்கூடத்தில்
தெருவில்
நடுவீட்டில்
யாரைப் பார்த்தாலும், நல்ல செய்தி
எதுவும்
காதில் விழவில்லை

நள்ளிரவில்

நள்ளிரவில் -
மங்கிய மஞ்சள் ஒளி
ரயிலில்,
திடீரென்று கொட்டிப்
பரவுகிறது
நறுமணத் திரவம்
எல்லோரும் இறங்கி
எல்லோரும் ஏற
கிளம்பியது ரயில்
வாசனையூரிலிருந்து, என்றும்
தண்டவாளத்தில்
இல்லாத
வாசனை ஊர்களிலிருந்து

வெங்கரிசலில்

வெங்கரிசலில்
வெட்ட வெளியில்
குளிரும்
குயிலோசை - தொலைக்காட்சி முன்
தெரியாமையின் மொக்கில்
சிறு மகரந்தம் போல்
உட்கார்ந்திருக்கிறாய், பெண்ணே
உன் நிசப்தம்
உன் ரணம்
உன் மதனம்
உன் ஆங்காரம் -
யாரும் ஏறாத கிளையில்
கூழாங்கற்களைப் போல்
அசைந்துகொண்டிருக்கின்றன
உன் மடியில்
திறந்தபடி கிடக்கிறது
பக்கங்களற்ற புத்தகம்
வரிகளுக்குப் பின்னிருந்து
முகர்ந்தபடி வரும் நரி
நெருங்கிக் கொண்டிருக்கிறது
உன் கருப்பையை

வெயிலும் நிழலும்

வெயிலும் நிழலும்
சேர்ந்து, உருகும்
நீள் விழித் தடாகம்
தொலைவாசியும் கேட்க
பாடிக்கொண்டிருக்கின்றன
அத்துவான வேளையின்
சிற்றலைகள்
கோபத்தில், நான்
கிழித்தெறிந்த
அகராதியின் தாள்களில், ஒன்று
நிற்காமல் நீந்துகின்றது
பிறந்துகொண்டேயிருக்கும்
திவலை ஒன்றில்...

உலகிலேயே குட்டியான

உலகிலேயே
குட்டியான
அணில் ஒன்றை
உனக்கெனக் கொண்டு வந்தேன்
பல கிளைகளிலிருந்து
வாழ்வைப் பார்க்க
உனக்குச்
சொல்லிக் கொடுக்குமென்று
துவாரங்களின் ரகசியத்தை
உன்னிடம் பேசுமென்று
கிளைக்குக் கிளை தாவும்
இடைவெளி பற்றி
உன்னிடம் கூறும் என்று
உன்
பாராமுகம் கண்டு
திடுக்கிட்டுக்
கீழே விழுந்தது
பூமியைத்
துளைத்துக்கொண்டு
சென்றுவிட்டது
அந்தப் பக்கம்
நீ
என்றுமே செல்ல முடியாத
அந்தப் பக்கம்

இன்றுவரை

ஆறு குளங்களைப் பழமைவாதிகள் என்னும்
கிணறு ஆற்றைக் கூச்சலில் முடிவோரெனப் பேசும்
கடல் குட்டையைக் குழப்பவாதி என்னும்
குளம் கண்மாயை சந்தர்ப்பவாதி எனக்கூறும்
கடல் கிணற்றை அகநோய் பீடித்ததாய்ச் சொல்லும்
கண்மாய் கிணற்றின் சுயமின்மையைப் பேசும்
மேகத்தோடு நடக்கும் சில பறவைகள்
ஏதாவது ஒரு நீருக்கு வரும், இன்றுவரை

பொருள்

பொருள் பகுப்புவடிவம் சதிக்குள் விழிக்கிறது
சதிக்கும்பல் அஞ்ஞானத்தில் கிளைக்கிறது
தோல் தடித்த பூதம் கொக்கரித்து மிகுகிறது. இவ்வளவில்

தோன்றும் உடல் உயிராகிறது
உயிர் மாபெரும் உடலாய் விரிகிறது
சுதந்திரம் தன்னில் குதூகலிக்கிறது
திசையெங்கும் பாய்கிறது
உன் பூதம் வெளியோட
திறந்துவை உன்னை

ஆனால், மலை மடு

ஆனால்
மலைமடு என்றிரண்
டில்லை காலம் அகாலம்

இரண்டின் சரிவில் என்வீடு
காலை நிலநடுக்கத்தில் வீடுடைந்து -
வெளியில் தோன்றினேன்
பிறகு
சரிவு தேடிக் காணாமல்
சரி என்று சொல்லிக்கொண்டேன்

என் தலையும் காணோம்
கழுத்துமேல் பூமிசுழல
தாங்கவியலா பெருஞ்சலனம்
பெருக்கெடுத்தோட சரித்திரத்தின்
சிற்றோடை சிவப்பில் தெரிந்தது

முதுகிலிருந்து கிளைத்
தெழுந்து கெக்கலிச் சிரிப்பு
குடைபிடித்தது நான்
சோகமற்று
சுரண்டல் பூதங்களைத் தீண்டினேன்

எந்தக் கூர்முனைக்கும்
புண் கொள்ளாத தோல்
அவற்றுக்கு

என் பிறப்புறுப்பு

என் பிறப்புறுப்பு
புறங்களில் வீசி
அடித்தவண்ணம் இருக்கிறது
வாழ்வின் மணிச்சுவரில்
தொட்டு ஒலி ஓடுகிறது

பயிர்போலன்றி
வரப்புக்கு வெளியேயும்
வாழும் கொக்குகள்
தோன்றின

ஓடும் சமுத்திரம்
எங்கெங்கோ மோதி
காணாமல் போனது அலை
நீர் பள்ளத்தில்
தொலையாதிருக்கிறது

பூச்சி ரசிகன்

நடு மதியத்தை ரசிப்பதாய்
நிற்கிறான் பச்சைப் புற்களை
தண்டவாளத்தை
தூரத்து விமானத்தை

அழைக்க வந்தவனிடம்
திறமை காட்டுகிறேன் 'அவரிருப்பார்'
என்றபடி 'ஐந்து நிமிடந்தானே' என்றபடி
சாப்பிடக் கூப்பிடுபவன் ஐயோ கத்துகிறானே

பூச்சி
ரசிகனுக்கு வேலை வரும் வரை
இருக்கட்டும் அறையில் தங்க ஆட்சேபம் இல்லை
சோறு போடென்று நின்றால்

இந்தா
என்னைத் தின்னென்று வெடிக்கிறதென்
உடலம் கடனுள்ளிருந்து

பூச்சியைத்
தேடும் குருவி
கொத்திக் கிழிக்கிறது நிமிடத்தை

அவன்
பச்சைப் புல்லும் என்
திறனற்ற நாவும்
சுழன்றெரிகிறது ரத்தத்தில்
▲

கதவு

ஆயிரம் ஆண்டுகள் வயதுடைய விலங்குகள்
பறவைகள் தம்
கதவுகளற்ற இருப்பிடம் புகுந்தன

வரப்பற்ற வெளியில்
பூமி பகிர்ந்துகொண்டிருக்கிறது தன்
வர்ணக் கோளத்தை

வீடுகளென்பதின் நிழலில், வீதியில்
ஒரு வேலையற்று நின்றவன்
மனிதனுக்குக் கிடைத்த கதவைத் தட்டினேன்

சுவர்கள் வெளி இருவர்க்கும்
சமரசம் கண்ட கதவு என்னை வா
என்று தோழமை சொன்னது

நான் அந்நியமாகவில்லை அம்மா
எனக்குக் காபி தராவிடினும்

எங்கே என்று

எங்கே என்று தேடுகிறாயா
உன் காலிடைப் பேரோடையில்
மிதக்கிறேன்
பிடித்துக்கொள்

இன்னும் ஒருமணி நேரமிருக்கிறது

இன்னும் ஒரு மணி
நேரமிருக்கிறது வேலைக்கு
இடையில் இந்தக் கவிதையை
எழுதிக்கொண்டிருக்கிறேன்
எந்தக் கவிதையை
எந்தக் கவிதை என்றெனக்குத்
தெரியும் போல் தெரிகிறது

தண்ணீர் குடித்துவந்து
திறந்துவைத்த பேனா
வெளியில் காத்திருக்க
திரும்பி இப்போ எடுத்தாகிவிட்டது

எனக்குத் தோன்றுகிறது
பூ மாதிரி ஒருமனம் ஒரு
தீர்க்கம் இரண்டும்
குலையும் மனிதவாழ்வை
ஒட்டவைக்கும் போலும்
ஒட்டவைக்கும் மருந்தை
ஒட்டவைக்கும் சூத்திரம்

யாருக்கும் அடைபடாமல்தான்
அலைகிறோம் அல்லவா
யாராயிருந்தாலும் "உள்ளே வரலாம்"
என்று பேசியதும்
அவன் தோன்ற
"கொஞ்சம் பொறு"
என்று அவனுக்குச் சொன்னேனா
கவிதைக்கா
இல்லை எனக்கு, கொஞ்சமும்
தேவையில்லாமல்

நம் கதை

முட்டையிலிருந்து வெளிவருவது யாராம்
எப்போதுமே
முட்டையிட்டவர்

முட்டையிடுவது யாராம்
எப்போதுமே
முட்டையிலிருந்தவர்

முட்டையைப் பிளப்பது யாராம்
எப்போதுமே
முட்டையிலிருப்பவர்

உன்னை
முட்டையில் திணிப்பது யாராம்

எப்போதுமே
முட்டையைத் தின்று செழித்தவர்

ஜன்னலெங்கே

ஜன்னலெங்கே
ஜன்னலெங்கே
சிபி பார்த்துக்
காத்திருந்த
மாடம் எங்கே

கண்ணாடிக் காவல்காரா
கருணைவையேன்
கழுகின் மூச்சு
சிறகைச் சுடுதே
எங்கே போச்சு
மக்கிப் போச்சா
சிபியின் தராசு
மண்ணுள் போச்சா
சிபியின் ஜன்னல்
அலகின் ரத்தம்
அர்ப்பணித்தேனே
காவல்காரா
உன்னை நிறுத்தியவர்
எதனைக் காக்க
என்னை வெறுத்தார்
கழுகின் மூச்சு
காலில் தெரியுதே

உன் நிலையத்தில்

உன் நிலையத்தில்
ரயில் வந்தால்தான்
உனக்குத் தெரியும்

வருமுன்னும்
போன பின்னும் கண்ணுக்குத்
தெரிவதில்லை எனினும்
கருத்துக்குத் தெரியாது போகுமா

தன் நிலையத்துக்கு வந்து போனதை
வண்ணத்துப் பூச்சியிடம் கேள்
வைரஸிடமும் கேட்டுப் பார்

நான் அங்கும் இங்கும்

நான்
அங்கும் இங்கும்
அலைகையில்,
அப்படியும் இப்படியும்
மாறுகிறேன், அனுபவம்
சேர்கிறது, இல்லையா
நான்
அங்கும் இங்கும்
அலைகையில்
அங்கும் இங்கும்
மாறுகின்றன, அனுபவம்
சேர்வதில்லை, இல்லையா

பகலிலிருந்து

பகலிலிருந்து
உதிர்ந்தவனுக்கு
பகலெல்லாம் துவக்கம்
பகல்தொறும் துவங்கும் என் கணம்
ஒரு வெளிறிய சந்தேகம்
இடையறாது மிதந்து தொங்கும்
பய மேகம்
இடையறாது சிரித்தோடும் ஓடைப்புனலில்
பகலுக்கொரு
பார்வைச் சன்னல்
திறந்து கிடக்கிறது.

ஜெயம்

ஜெ
வாழ்வு
சாவெனத் தன்
வேசம் மாற்றிக்கொள்ளுமுன் உன்
சீட்டைக் காலி பண்ணு
நீ பாத்திரம் அது
பார்வையாளனெனத் தலைகீழாய்
நாடகம் மாறப்போகிறது

ஜ
மேகம் தெரியாத
மீனின் கோஷத்தை
ஓரத்தில் வை
இரண்டும் தெரிந்த
பறவையின் பாட்டை
ஏற்றிப் பார்

ய
விதையாய்த் தொடர
வேறுவழி உண்டோ
மரமாய்ப் பெருகிப்
பழமாய்க் கனியாமல்

ம்
என்றும்
சோற்றால் பசியை
ஜெயிக்கணும் என்றால்
பசியால் சோற்றை
ஜெயிக்கணும்தான்

▲

சுதந்திர யாத்திரை

என்
சைக்கிள்
சாலையோரம்
ஊர்ந்து
ஸ்டாண்டில் சென்றமர்ந்தது

நான்
ரேஷன் கடை க்யூவில்
ஒரு புத்தகத்தைப் புரட்டியவாறு
நின்றேன்

வெயில் கொடுமையை
மேலே தட்டியும், நீர்த்தொட்டியும்
தணிவு செய்தன

க்யூ மெல்ல நகர்ந்தது

என் யாத்திரையும்

வரம்

நீ விரும்புவதுன்
உடல் முழுதும்
ஆகுக.

மரவுரி என்றும்

மரவுரி என்றும்
டெரிகாட் என்றும்
எத்தனை ஆடை
எத்தனை நிறம்
என்றாலும்
ஒவ்வொரு நாளும்
தோலாடை தவிர
வேறாடை
உடுத்த முடியா நேரம்
வருகிறதா இல்லையா
உண்மையின்
ஒரு பக்க உறுப்பு இதுவென்றால்
குளிருக்கும் வெயிலுக்கும்
உடுப்பணிவது
இன்னொரு உறுப்பென்று
எனக்குப் படுகிறது
ஒரு முழ தூரத்தில்
ஒருவர்க்கொருவர் தொடாமல் நின்று
எதிரியாய்த் தோன்றும்
விரல் நுனியும் முழங்கையும்
ஒரே உள்ளெலும்பின்
இரு உறுப்புத்தானே
முன்னால் கிடக்கும் வாழ்க்கையும்
பின்னால் போய்க்கொண்டிருக்கிறது
நான் முழம் போடப் போட

அடுத்த கட்டத்தில்

அடுத்த கட்டத்தில் கால் வைத்துக்கொண்டது
மனிதகுலம். இது வெளிப்படை.
சமூகவியலார் மனிதப்பயணம்பற்றி நிறைய
சொல்லியாயிற்று
கூடவே எந்திரமெனும் துணையும் கூட்டாயிற்று
இந்தச் சிட்டுக் குருவியும் நானும் சுமந்து செல்கிறோம்
நான் போரை, அது அமைதியை
விடுதலை தூரப்பொருளல்ல என்றே காட்சி தருகின்றன
காலைக்குரல்கள், மரங்கள், சத்தமற்று சேருமுன் சிறுநீர்
குதிரையாய் இருந்தபடி குதிரை ஏறும் தப்புக்கு
முன்னால்
வயிற்றின் அமிலத்தில் வதங்குகிறது குதிரை
எல்லாம் கண்டதால் அமைதியும், எதுவும்
காணாததால் முயற்சியும் கொண்டு இங்கொரு மனம்
தேடியபடி இருக்கிறது இயல்வதை

காலில் இடறியது

காலில் இடறியது
பூட்டென்று கண்டேன்
பூமி என்றும்

பூட்டைத் தூக்கிப்
புதரில் எறிந்தேன்
பூமியையும்
கீழே கிடக்கும் பூட்டுக்கு சாவி எதற்கு

சாவி தேடிக்கொண்டிருக்கும்
சதிகாரக் கூட்டம்
யுகயுகமாய் அழுது கரையும்
மனித குலத்தை
விரும்பி அழைத்தேன்

பாதை விட்டுப் பக்கத்தில் போனால்
பசேல் என்றிருந்தாலும்
முள் தான்
முற்போக்கல்ல
▲

வேலை

என்
நட்சத்திரங்களை வானில் வைத்தேன்
என்
ஜலத்தை ஆற்றில் விட்டேன்
என் மனனியை சரித்திரத்தில் நிறுத்தினேன்
இனி
தன் இலைகளைத் தாம் வியக்கும் மரநிழலில்
ஊஞ்சலாடுவேன் என்
வேலைதான் முடிந்ததே

அவரவர் கைமணலை

அவரவர் கைமணலைத் துழாவிக்கொண்டிருந்தோம்
எவரெவர் கைமணலோ இவை என்றேன்
ஆம் எவரெவர் கைமணலோ இவை என்றான்
பிறகு
மணலறக் கைகழுவி விட்டு
எங்கோ சென்றோம்

என் வீட்டுப் பரண்பொருள்

இரும்புப் பெட்டியில் அல்ல
குப்பைத் தொட்டியில் அல்ல
பரணில் கிடக்கிறது
நான்
தின்ன முடியாத
எச்சிற்பூமி

இந்த இரவு

இரவெங்கும் இடிக்கூட்டம் நிற்கின்றன.
மின்னல் பெருங்குளம் அடுத்தடுத்துக் கிடந்தது

எந்தச் சாவுக்கோ விரும்பாத மனங்கள்
போட்டுவைத்த ஒற்றையடிப் பாதையை
நீர்வீச்சு எடுத்தெடுத்து விழுங்கிற்று

காற்றில் கிளையேறித் திகுதிகுவென
பரவின எரியும் பிரச்னைகள்

நாடி ஒடுங்கிற்று வார்த்தை பூதம்
காலத்தின் சிலைகள் வீழ்ந்து
ஓடி வரலாயிற்று கல்

அசாந்தியின் கூத்தை
சாந்தி பார்த்துக்கொண்டிருக்கிறது